CHO NGÀY THÁNG QUA ĐI
Lê Trần

Bìa: Uyên Nguyên Trần Triết
Dàn trang: Đỗ Huỳnh Đăng Ngọc
Nhân Ảnh xuất bản 2026
ISBN: 979-8-2561-8773-6

LÊ TRẦN

CHO NGÀY THÁNG QUA ĐI

NHÂN ẢNH
2026

MỤC LỤC

VÀI LỜI GIỚI THIỆU

Thế kỷ 20 là một thời kỳ nhiều biến chuyển nhất trong thế giới nói chung và đất nước Việt Nam nói riêng – một thời kỳ năng động đầy kham khổ của những cuộc chiến xâm lăng và những chế độ độc tài giam hãm đời sống con người. Những người dân miền Bắc từ cuộc di cư năm 1954 vào miền Trung và Nam tưởng đâu sẽ có một đời sống mới trong một đất nước thanh bình, nhưng ngờ đâu chỉ sau 20 năm, vào ngày 30 tháng tư năm 1975, Việt Nam Cộng Hòa bỗng sụp đổ, để lại những mất mát tang thương, và sau đó là những cuộc vượt biên đầy gian nan nguy hiểm của người dân qua đất nước khác để tìm tự do cho chính mình và gia đình.

Một thế kỷ đã trôi qua, mọi sự đã đi vào dĩ vãng, nhưng trong tâm tư của những người đã đi qua đều vẫn ghi dấu những thời kỳ đáng nhớ nhất trong cuộc đời. Những câu truyện xẩy ra của những ngày tháng gian nan này đã được người chị thứ hai của tôi, chị Lê Mỹ Nhan, bút hiệu là Lê Trần, ghi lại trong nhiều bài viết, rất thật mà cũng rất cảm động. Chị viết chỉ để viết, cho chính mình và cho người thân đọc, nhưng những bài của chị rất hiện thực và sâu sắc, như đưa chúng ta về từng giây phút đã đi qua của quá khứ, nên tôi đã thuyết phục chị đem in, ít nhất là cho những người thân và bạn bè cùng thưởng thức. Chúng ta sẽ cảm thấy như đang trở về chốn xưa với biết bao tâm niệm của hỷ nộ ái ố, để thấy cuộc đời là một sự chuyển hóa triền miên, mà nếu có một niềm tin như một báu vật đem theo, ta sẽ vượt qua được tất cả.

Ngọc Bảo

NHỮNG CĂN NHÀ CỦA MẸ TÔI

Mỗi lần nghĩ tới những ngày đã qua, những người thân yêu ở xa, tôi thường đặt họ vào một vị trí không gian quen thuộc, để hình dung sinh hoạt của họ theo vị trí thời gian.

Khi mới rời bỏ quê hương, để bắt đầu cuộc phiêu lưu vô định trên biển cả, và sau đó trên miền đất định cư xa lạ, mỗi khi nghĩ tới cha mẹ và các em còn kẹt lại, tôi lại nhớ tới những ngôi nhà tôi đã ở, và những ngôi nhà mẹ tôi đã mua.

Như tất cả các bà mẹ Việt Nam đảm đang và căn cơ, mẹ tôi để dành tiền bằng cách mua vàng và mua nhà. Tính ra, từ năm 1949 đến 1962, mẹ tôi mua được tất cả sáu căn nhà, hai ngoài Bắc, bốn trong Nam. Do đó mà họ hàng bà con thường gọi đùa mẹ tôi là bà Đốc Trí xách ví đi mua nhà...

Mùa thu năm 1947, sau những ngày tản cư lang thang, từ làng Chương Mỹ, Hà Đông, là quê bà nội tôi, đến Hệ , Phú Lăng thuộc Ninh Bình, rồi Kim Sơn, Phát Diệm... gia đình tôi tìm đường hồi cư về Hà Nội.

Về đến nhà Thịnh Hào tổ tiên để lại thì ôi thôi... đã bị bao nhiêu người lạ mặt chiếm giữ, chỉ có hơn một năm bỏ hoang! Thành ra những tháng đầu, chúng tôi phải tạm trú trong một căn nhà vô chủ ở đường Wiélé . Lúc bấy giờ me tôi có thai cô Bảo, thầy tôi chưa có công ăn việc làm. Ngoài sáu đứa con và chị Thúy con bác hai Phụng thầy tôi mang về trên đường hồi cư, me tôi còn phải lo cho ông anh là Lê Đình Nho và bà chị thầy tôi là bác Lê thị Đạo. Sau một thời gia, bác Đạo đã đòi lại được căn nhà ngang của nhà Thịnh Hào và trở về cư ngụ lại chốn xưa.

Năm 1948, thầy tôi có việc ở nhà thương Hải Phòng.

Tới Hải Phòng, gia đình tôi được chính phủ cấp cho một căn gác ở đường Bonnal, trong một tòa nhà ba từng. Dưới nhà là một phòng trà, có bảng đề "Maison de thé" . Gọi là phòng trà, nhưng không thanh cảnh như vậy. Suốt ngày lính tây ra vào, trắng đen, rạch mặt, đủ loại người thuộc quân đội Pháp lúc bấy giờ. Nhạc và tiếng nói cười la hét, ồn ào đêm ngày. Chúng tôi ở từng thứ hai. Từ cầu thang lên, bước vào bên tay trái là một phòng nhỏ. Một lối đi hẹp dẫn vào một phòng rất rộng bên trong, có ban công nhìn ra công viên trước cửa, đầy cây cao bóng mát. Phía bên kia công viên là rạp chiếu bóng

Cathay , cứ đến giờ chiếu phim là nhạc nổi lên ầm ĩ cả khu phố. Cạnh đó là căn nhà đồ sộ của gia đình Thiết Ký.

Từng thứ ba cấp cho một gia đình công chức, hình như ông chồng tên là Như. Rất lịch sự, sống kín đáo lặng lẽ.

Mẹ tôi sinh cô Bảo ở đây .

Ít lâu sau, bà ngoại, bà ba và hai cô Thụy Mười từ Phát Diệm hồi cư về, ở với chúng tôi.

Khi phòng trà dưới nhà đóng cửa, thầy tôi được cấp thêm luôn tầng này. Mẹ tôi và cô Thụy bèn mở một tiệm bán len và đan áo len bầy hàng. Mẹ tôi còn chịu khó may thêm áo blousons bán cho trẻ con cỡ tuổi từ 5 tới 10, bằng hàng dạ mầu xám hay xanh xẫm, cho mùa lạnh. Lúc đó cũng là lúc cô Mười, chị Dung và tôi bắt đầu tập đan những bộ brassieres đủ cả giầy mũ, để bầy tủ kính. Chúng tôi kiếm khá tiền, dư dả để đi ciné và ăn quà.

Khi đã dành dụm được một số tiền, mẹ tôi mua căn nhà đầu tiên ở đường Nam Sinh, sau lưng đường Bonnal. Chúng tôi trả nhà chính phủ, dọn ra nhà mới. Đây là một căn nhà nhỏ trong một phố hẹp và ngắn, nối đường Cầu Đất với Ngõ Nghè. Trường Ngô Quyền, nơi tôi học 4 năm trung học, từ 1948 tới 1952, là trên đường Ngõ Nghè.

Mất cửa hàng Bonnal, cô Thụy phải thuê một cửa hàng nhỏ ở phố Khách để tiếp tục buôn bán.

Thời gian đó cũng là lúc gia đình bác giáo Sính hồi cư.

Chúng tôi ở nhà Nam Sinh không được lâu, vì năm 1950, mẹ tôi lại mua một căn khác ở đường Cát Dài, rộng đẹp hơn, số 116A. Tuy gọi là Cát Dài, nhưng con đường này cũng chẳng dài cho lắm, chừng hơn trăm căn nhà trệt nằm sát nhau là hết phố. Một đầu thông ra Cầu Đất, một đầu thông ra đường Cát Cụt. Ở giữa là hội Trí Tri có sân quần vợt thầy tôi thường đến chơi với mấy ông bạn.

Gia đình tôi bắt đầu an cư lạc nghiệp ở đây, cho tới 1954. Lúc bấy giờ thầy tôi đã lên chức Giám Đốc nhà thương Hải Phòng, được cấp xe riêng và tài xế. Nhờ những năm làm cho nhà binh Pháp, ông cụ rất giỏi về giải phẫu, chữa bệnh mát tay có tiếng. Nhưng ông tính tà tà, chỉ thích làm cho chính phủ để có thì giờ nghỉ ngơi, chơi mạt chược và đánh tennis. Dù chức vụ cao, nhưng lương công chức không nhiều, lại đông con, thành ra khi mẹ tôi nhất quyết thúc dục ông mở phòng mạch tư, thầy tôi cũng đành phải chấp nhận làm công việc này, để kiếm thêm lợi tức cho gia đình.

Thế là mẹ tôi sửa nhà.

Lúc bấy giờ bà ngoại, bà ba và hai cô đã thuê được tầng dưới của một căn nhà hai từng, cùng đường Cát Dài, nhưng về phía Cầu Đất , vừa làm cửa hàng vừa để ở. Bác giáo Sính sau này hình như cũng thuê căn gác trên lầu.

Ít người ở hơn trong căn 116A, mẹ tôi chia cái phòng dài và sâu ở từng dưới thành 3 phòng: phòng đợi, phòng khám bệnh, và phòng khách gia đình ở bên trong, có cửa sổ mở ra cái sân nhỏ có bể chứa nước, nhà tắm , nhà vệ sinh. Đi qua sân này còn một phòng nhỏ nữa, làm chỗ cho trẻ con học. Nhưng phòng này ở dưới cái bếp trên lầu, lúc nào cũng nóng hầm hập, nên chả đứa nào thìch vào đó. Một cầu thang lộ thiên đưa lên gác. Qua một hàng hiên, rẽ trái là vào bếp, rẽ phải vào một căn phòng rất rộng. Cuối phòng này có một khoảng được ngăn bởi một mảnh tường, dùng để làm chỗ chứa quần áo, trong đó kê một cái giường. Tôi gần như chiếm độc quyền cái giường đó, để có thể chong đèn nằm đọc sách hay học khuya.

Cái phòng lớn trên lầu là nơi cả nhà tôi ăn, ngủ, học, tiếp họ hàng bạn bè thân. Ngoài gia đình tôi chín người, còn có chị Thúy, con bác hai Phụng, mồ côi cả hai bố mẹ, được thầy me tôi mang về nuôi. Sau này có Bích Vân, con bác Hán, từ Quảng Yên tới để đi học trường Ngô Quyền. Ngần ấy trẻ con, chín đứa tất cả, cứ lo mấy bữa cơm cũng bận rộn cả ngày. Khi bà ngoại còn ở chung, bữa cơm phải chia làm hai mâm. Người lớn ngồi trên phản, trẻ con trải chiếu ăn dưới đất, phá như giặc. Chủ nhật và thứ bẩy, thầy tôi hay gọi cơm tây đãi khách xoa mạt chược. Mỗi lần có thức ăn thừa là chị Thúy lại thu nhặt gọi chúng tôi đến chia chiến lợi phẩm.

Phòng mạch vừa mở là khách đến chữa bệnh

đông nườm nượp. Nhiều nhất là bệnh nhân người Tầu, chữa bệnh mất tiền nhưng vẫn nhớ ơn , biếu xén thật hậu. Tôi còn nhớ cứ tết Trung Thu là bánh nướng bánh dẻo chất cao như núi trên tủ buffet. Còn tết Nguyên Đán thì rượu cả thùng, trái cây, bánh mứt chẳng thiếu thứ gì. Cũng vì vậy, tuy nhà đông con và mẹ tôi rất tần tiện trong việc chi tiêu, nhưng chúng tôi vẫn được ăn ngon.

Nhưng mặc đẹp thì không! Thời đó, chẳng ai để ý đến ăn diện. Tôi không biết lúc đó người lớn ăn mặc ra sao, nhưng tụi nhóc chúng tôi chỉ cần vài bộ là đủ, và càng cũ càng tốt, để ra đường không ai để ý. Sợ nhất là khi mẹ tôi may cho chị Dung, chị Thúy và tôi ba cái áo dài mầu tím đỏ! Chả đứa nào dám mặc cái mầu rực rỡ ghê gớm đó, chỉ mặc đi mặc lại mấy cái đồ thải từ bao nhiêu đời truyền lại. Sau này tôi mới biết cái áo dài sa tanh đen tôi ưa thích là của bác Cà Soạn thải cho cô Mười, cô Mười cho chị Dung , sau cùng mới đến tôi...

Những ngày gia đình tôi ngụ ở 116A Cát Dài , Hải Phòng, là những ngày tôi sung sướng, sống thoải mái vô tư nhất. Thật vậy, khi mới hồi cư về nhà Wiélé, Hà Nội, bác Nho bắt thầy me tôi ghi tên cho chị Dung và tôi học lớp 6è ở trường Sainte Marie. Tôi khổ sở đánh vật với tiếng Pháp hoài mà vẫn chỉ hiểu được một câu: n'est-ce pas? của bà sơ Marie Rose xinh như mộng . Mài đũng quần gần một năm trời mà dictée cứ 30 fautes , không khá tí nào! Khi học lại lớp đệ thất , cũng là 6è Pháp, ở trường Ngô

Quyền năm 1948, theo chương trình Việt, tôi như cá gặp nước... và lại học giỏi nữa mới thật khôi hài! Các cụ gọi đó là thời kỳ phá ngu! Của đáng tội, năm đó là năm thứ ba tôi học lại lớp này. Năm 1946 tôi đã học đệ thất Trưng Vương rồi, nhưng được mấy tháng thì phải tản cư.

Lúc bấy giờ lớp tôi chỉ có mười đứa con gái. Bạn thân nhất của tôi là Kim Ngân, có đôi má phúng phính nên có tên là Má Xị. Giáp thị Thuận đẹp thanh tú, Quý dong dỏng cao và có mớ tóc dài tha thướt, Lan da trắng như tuyết, dịu dàng nhu mì. Ngoạn ngang tàng như con trai, và ba chị em Hoan Vân Viên lúc nào cũng khắng khít bên nhau. Hoan xinh nhất trong ba chị em và có giọng hát ngọt ngào. Bây giờ mỗi lần nghe bài Thuyền Mơ, tôi lại nhớ đến buổi trình diễn văn nghệ của trường NQ tại nhà hát lớn Hải Phòng. Hoan hát bài đó đã khiến cho bao chàng trai để lại con tim!

Thời gian đó cũng là lúc tôi khám phá ra văn chương cổ điển Việt Nam, biết được các tác phẩm xưa của Tú Xương, bà huyện Thanh Quan, Đoàn thị Điểm, Nguyễn Du, Tản Đà, Cao Bá Quát,v.v.. say sưa với những vần thơ ai oán của truyện Kiều, Cung Oán ngâm khúc, Chinh phụ ngâm... Thầy Tuân và Nghi còn dẫn dắt tôi làm quen với thơ mới. Những Thế Lữ, Tế Hanh, Xuân Diệu, Huy Cận, Đinh Hùng, Vũ Hoàng Chương v.v.. đã cho tôi thưởng thức những âm điệu tuyệt vời của thi ca cẩm tú.

Ôi những ngày ở Cảng, đạp xe dong chơi với bạn, hết bến tầu lại dọc bờ sông Lấp. Những ngày đi Đồ Sơn tắm biển, vui đùa nhẩy sóng với nhau chán lại trèo lên núi hái sim tím. Những ngày vui với thầy với bạn , với gia đình êm ấm! Có lẽ vì thế mà tôi không quên được căn nhà 116A? Tôi nhớ cái ban công hẹp của nó, cái ghế mây nhỏ cũ kỹ tôi đã ngồi đọc quyển Pêcheur d'Islande của Pierre Loti, rồi thương vay khóc mướn, quyển Don Quichotte để vui với cái anh hùng rơm của chàng lãng tử , những chuyện tình bằng tranh vẽ trong Nous Deux và Confidences. Những ngày Trung Thu bầy cỗ trông trăng, trẻ con rước đèn ca hát với chú Cuội chị Hằng. Những ngày sửa soạn Tết, mẹ tôi lo muối dưa hành, gói giò thủ, nấu bánh chưng. Những đêm ba mươi, cả nhà quây quần ngồi cắn hạt dưa, ăn mứt, đánh bất và tam cúc để chờ Giao Thừa, với bữa cháo gà nửa đêm.

Ngày vui qua mau. Năm 1952, tôi đậu bằng Thành Chung phải lên Hà Nội học.

Hải Phòng của tôi từ xưa vẫn bị gọi là miền đồng chua nước mặn. Vì ở gần biển, nên dân Cảng có nước da rám nắng do gió biển và hơi muối, khác hẳn Hà Nội thanh lịch gạo trắng nước trong. Cho nên khi tôi bước chân vào trường Notre Dame du Rosaire, một trường tư thục công giáo Pháp toàn con ông cháu cha theo học, thì tôi đúng là một cô bé tỉnh lẻ quê mùa lạc vào xã hội trưởng giả kiểu cách của Hà Nội ngàn năm văn vật. Lẽ dĩ nhiên trong lớp phải có những tiểu thư khuê các nhìn tôi như một phénomème lạ, nửa thương hại, nửa khinh khi... Người gì mà quê một cục! Thời buổi này còn kẹp tóc dài lê thê, tay cầm lọ mực, chân đi guốc lọc cọc, trong khi cả trường ai cũng đi giầy và dùng bút máy. Tiếng Pháp lúng búng nói không ra câu cũng là đầu đề cho những tràng cười không dứt... Cet âge est sans pitié..

Nhập gia tùy tục, tôi phải đi mua giầy và bút máy. Còn mớ tóc dài, lúc đầu hãy còn tiếc chưa muốn cắt, phải nhờ Thục (sau này là vợ Bùi Quốc Hương) bím lại thành hai cái bánh tròn kẹp sau đầu. Có lần mấy cái kẹp từ từ tuột ra, nhô lên, làm cái đầu tôi như con nhím, cả lớp lại được một trận cười hả hê. Tôi còn bị đặt tên là Badebec, vì khi học Rabelais, một nhân vật trong tác phẩm của ông có cái giọng đục ngầu như tôi.

Lúc đó phụ trách lớp Seconde là bà Marie Véronique. Bà dậy Sử. Bà M Raphael dậy Pháp văn. Văn chương Pháp phong phú trữ tình, đưa tôi vào một thế giới khác, khiến tôi say mê chẳng kém gì lúc say mê chuyện Kiều hay thơ Xuân Diệu. Ronsard với những bài thơ tặng nàng Hélène, Bossuet với những bài sermons sur la mort thống thiết, phái cổ điển như Corneille, Racine, Molière, phái lãng mạn như Lamartine, Musset, Vigny, Rousseau, lý luận đanh thép như Descartes... Cứ thế mà tôi mê mải đọc viết, chả cần biết đến ai. Ba tháng sau, luận văn của tôi được điểm cao nhất lớp, và con bé tỉnh lẻ bắt đầu được các bạn cùng lớp nhìn với đôi mắt kính nể.

Những năm ở Hà Nội, năm đầu tôi ở nhà bác tham Vịnh tạm một tháng, sau đó dọn đến nhà chị Thiết ở đường Rolland gần cửa Nam. Ở đó tới gần cuối năm, lại theo gia đình bà Thiết dọn tới một biệt thự rất đẹp, thuê của ông Phan Huy Quát. Nhà chị Thiết đông con, việc cơm nước phó mặc cho người làm, nên quanh năm cả nhà chỉ ăn cá diếc kho khế! Họa hoằn lắm, mỗi đứa mới được phát cho một cái giò mỏng bằng nửa bàn tay, thế là sung sướng lắm. Tôi ở đấy đến hết niên học thì về Hải Phòng nghỉ hè. Lên lớp Première, tôi ở với bác Hán ở đường Phù Đổng Thiên Vương, gần chợ Hôm. Nhà bác chật lắm, chỉ có hai phòng nhỏ. Phòng nào cũng kê đầy giường. Chỉ có một cái bàn nhỏ để ăn cơm , tiếp khách, học, kê giữa hai cái giường ở phòng ngoài. Có nhiều hôm tôi phải chờ cả nhà đi ngủ mới lấy giầy bao đèn lại, cặm cụi làm bài tới hai, ba giờ sáng . Đêm khuya thanh vắng, thỉnh thoảng lại vang lên tiếng rao của chú khách bán lục tào xá, chí mào phù, tiếng gõ của xe mì, tiếng chào hàn xôi phá sa của ông già tầu bán lạc rang húng lừu.

Thời gian sống ở Hà Nội từ 1952 tới 1954 thoảng qua như đám mây. Tôi mải học nên ít có thì giờ sống với thành phố này, để có nhiều kỷ niệm. Lâu lâu cũng tìm gặp mấy bạn cũ Hải Phòng, nhưng ai cũng bận học bận thi, có những ưu tư và nếp sống riêng, nên cũng nhạt dần.

Năm 1954, tôi đỗ được Tú tài phần nhất thì cũng là lúc quân Pháp thua trận ở Điện Biên Phủ. Hiệp định Genève chia đôi đất nước. Mẹ tôi vội vã bán nhà để lo di cư vào Nam. Bác Đạo từ Hà Nội xuống mấy lần, khóc lóc thuyết phục thầy tôi ở lại, nhưng thầy tôi nhất quyết ra đi. Chị Thúy cũng không theo chúng tôi, vì muốn đoàn tụ với anh chị em đi kháng chiến trở về.

Ngày chia tay ai cũng buồn, biết bao giờ gặp lại?

Rồi gia đình tôi xuống tầu, đi đường thủy suôi Nam, hướng về một cuộc đời mới.

Tầu tới Tourane thì cả nhà tôi xuống. Riêng tôi phải tiếp tục đi tới Saigon một mình, ở đó một tháng với bác Nho, rồi lên Đà Lạt học tiếp năm cuối trung học ở Notre Dame du Langbiang.

Bố mẹ tôi tính lập nghiệp ở Tourane, tức là Đà Nẵng, một tỉnh lớn bậc nhì miền Trung. Hy vọng ở đó có ông bạn quý, trong khi hồi cư đã được bố mẹ tôi tận tình giúp đỡ, chỉ cho đường đi nước bước. Nhưng ông bạn vàng này đã làm cho bố mẹ tôi thất vọng to! Rồi công việc ông cụ được giao phó cũng không được lấy gì làm hay, chỗ ăn ở thiếu tiện nghi chật chội. Nên bố mẹ tôi quyết định đi Nha Trang.

Nha Trang là một tỉnh ngay bờ biển, cách Saigon khoảng 500 cây số, một nơi nghỉ mát tuyệt vời. Quê chú Đỗ Thúc Thừa ở đó. Chú là chồng cô Nhàn, con bà cả Thi. Bà cả Thi là em ruột bà nôi tôi, nên tôi gọi cô Thừa là cô. Những ngày tản cư ở ngoài Bắc, gia đình cô Thừa, cô Long và chúng tôi lúc nào cũng đi cùng và ở với nhau cùng một chỗ, từ Chương Mỹ cho đến Phát Diệm. Bây giờ gặp lại nhau, biết bao là mừng tủi!

Tới Nha Trang, thầy tôi được bổ làm Giám Đốc nhà thương tỉnh và được cấp một biệt thự xinh xắn xế nhà thờ chính của thành phố. Miền biển có cát trắng thông xanh thơ mộng này là nơi các em tôi nhớn lên và cha mẹ tôi làm ăn mỗi ngày một khá. Làm cho chính phủ được mấy năm, đời sống bắt đầu ổn định, mẹ tôi lại nôn nao thúc thầy tôi mở phòng mạch tư . Gặp lúc gia đình cô Thừa dọn vào Saigon, thầy tôi xin nghỉ làm cho chính phủ, trả lại nhà công, rồi thuê nhà cô Thừa ở đường Công Quán để vừa ở vừa làm việc. Phòng mạch vừa mở là đông khách ngay. Ông cụ lại nổi tiếng đỡ đẻ rất mát tay, nên mẹ tôi mua luôn một căn nhà sửa lại làm thành nhà hộ sinh. Mới đầu chỉ là một bệnh viện nhỏ, về sau đông khách phải mở rộng, xây thêm mấy tầng lầu nữa. Đó là căn nhà đầu tiên mẹ tôi mua khi di cư vào Nam.

Về phần tôi, sau khi nội trú một năm ở trường Couvent des Oiseaux Dalat, tôi xong được phần hai Tú tài và phải xuống Saigon tiếp tục đại học. Tôi ghi danh hai trường Luật và Văn Khoa. Nhân tiện bác Hán từ Huế được đổi về Saigon, mẹ tôi đề nghị sang chung với bác một căn nhà ở đường

Phan Đình Phùng, để cho tôi được một phòng nhỏ trên lầu đi học cho tiện. Khi tôi lên năm thứ hai đại học thì chị Dung có việc làm ở Sở Hỏa Xa Saigon. Hai chị em ở cùng phòng đó. Cơm nước ăn trọ bác Hán .

Tôi rất yêu thích căn nhà này, vì nó ở một khu yên tĩnh, hai bên rợp cây cao bóng mát, cách khu buôn bán Dakao có vài bước. Đài phát thanh và dòng tu các cha Franciscains ở ngay cuối đường. Tôi ở đây ba năm với gia đình bác Hán. Ba năm bận rộn học hành thi cử nhưng cũng là những năm vui nhất khi bước vào tuổi trưởng thành. Đó là thời kỳ tôi làm quen với nếp sống rộn ràng hiếu động của Saigon, hòn ngọc Viễn Đông, và làm quen được những người bạn mới chân thành cởi mở. Ở trường Văn Khoa, ngoài Thanh Cầm là bạn từ Couvent, tôi có người bạn là chị Anh, người miền Nam, rất bộc trực thẳng thắn. Chị là người đưa tôi vào nhạc cổ điển tây phương. Chị ở đường Đinh Tiên Hoàng Dakao, cách nhà tôi có vài bước. Tối nào chị cũng rủ tôi sang nhà chị nghe nhạc Beethoven. Tôi bắt đầu yêu những bài symphonies của ông này, nhất là hòa tấu số 5 và 6. Ở trường Luật, tôi quen thân với Nga, sau này con tôi thường gọi là maman. Nga cũng ở gần đó, nên chúng tôi hay về cùng, mỗi khi tan lớp. Cứ thế, ngày nào cũng đạp xe đi học Văn Khoa, những năm đầu ở gần trường Petrus Ký, rồi lại đạp ngược về Duy Tân để học Luật. Chủ nhật đi lễ ở Câu Lạc Bộ Phục Hưng, chia sẻ đời sống đức tin và hoạt động văn nghệ với nhóm sinh viên công giáo, do cha Nguyễn Huy Lịch hướng dẫn. Sau ba năm, năm 1958, tôi tốt nghiệp Luật Khoa, còn Văn Khoa chỉ được một chứng chỉ dự bị và một chứng chỉ văn chương Pháp. Để mừng cô Cử mới, bác Hán tặng tôi một bài thơ và thết cả nhà ăn cơm tây Duy Ban.

Số tôi không đi được ngoại quốc du học, tuy được học bổng nhiều lần. Lúc nào giấy tờ cũng bị chậm trễ muộn khóa học, lại phải bỏ. Có lẽ ngốc nghếch không biết đường chạy chọt theo hệ thống hành chánh và nhất là không quen biết để xin xỏ!! Mộng viễn du không thành, đành phải chấp nhận đi làm, sáng vác ô đi tối vác về, ở trường Quốc Gia Hành Chánh . Chức vụ của tôi là phụ khảo (research assistant), có trách nhiệm tìm tài liệu cho các giáo sư, dịch thuật, viết niên giám và soạn tự vị, v.v.

Thấy tôi đã có việc làm, rồi cũng muốn có chỗ ở riêng tư lúc đi về , nên mẹ tôi mua một căn nhà ở đường Hiền Vương , số 90F, đằng sau đất thánh tây, tức là nghĩa địa Mạc Đĩnh Chi, cho hai chị em tôi ở. Nhà này rất xinh. Đằng trước có mảnh sân nhỏ lát xi măng, hai bên chừa đất đủ trồng một cây trúc đào và một cây lá đỏ. Cổng sơn mầu rượu chát. Dưới nhà có hai phòng. Xuống bếp phải qua một sân nhỏ lộ thiên, có cầu thang đưa lên sân phơi quần áo và một phòng nhỏ xây trên bếp. Nhà này có vị trí rất thuận lợi, gần chợ Tân Định, cũng không xa Dakao. Đi ngược lên phía đường Hai bà

Trưng, qua đường là tới một loạt tiệm phở gà (phở gà Hiền Vương), rồi tới ngã ba Duy Tân. Nếu đi về phía Dakao thì phải qua đền Đức Trần Hưng Đạo, Tết nào cũng đầy người đến hái lộc và xin thẻ.

Chị Dung và tôi dọn đến nhà này vào năm 1959. Căn nhà thứ hai của mẹ tôi từ khi vào Nam.

Thời gian ở đây là lúc tôi xếp bút nghiên, chỉ hưởng lạc và hưởng nhàn. Đi làm có tiền, tôi bắt đầu mua máy hát, đĩa nhạc, sưu tầm nhạc cổ điển tây phương và nhạc thịnh hành đương thời. Những năm 1958-61 cũng là lúc ông chồng tương lai của tôi đưa tôi làm quen với phòng trà , khiêu vũ, ăn nhậu. Và tôi lại khám phá ra một khía cạnh khác của cuộc sống, của Saigon ăn chơi và Saigon về đêm.

Năm 1960, lúc cô Hoàn vào Saigon học lớp đệ nhất trường Gia Long thì cũng là lúc chị Dung đi lấy chồng. Hoàn lên đại học thì đến lượt cậu Hùng từ Nha Trang vào để học thi Tú tài phần hai. Tôi ở đấy với hai em cho tới khi Hùng được học bổng đi Mỹ.

Năm 1961, đến phiên tôi lập gia đình. Mẹ tôi thu xếp cho chúng tôi ở đây với cô Hoàn. Tôi sinh Tú Anh và Quỳnh Trâm ở nhà Hiền Vương này, trong khi chờ đợi dọn về nhà Thủ Đức ở làng Đại Học đang xây.

Lúc bấy giờ , ở Nha Trang, mẹ tôi đã hoàn tất ngôi nhà trong mộng của cụ, căn nhà thứ ba, ở gần biển, trên đường Yersin. Đó là một biệt thự rất đẹp và bề thế, có vườn rộng bao quanh trồng đủ loại hoa trái bốn mùa. Dưới nhà, ngoài phòng khách và phòng ăn , còn có phòng cho thầy tôi chơi mạt chược và một phòng cho khách ngụ, với nhà tắm riêng. Một giàn nho xanh dẫn xuống bếp. Trên lầu có bốn phòng ngủ và hai phòng tắm, có hành lang rộng chạy dọc bên ngoài. Căn nhà này làm theo ý mẹ tôi, đúng như cụ vẫn mong ước từ lâu.

Chỉ tiếc là cái gì đẹp quá cũng không được bền lâu! Ngôi nhà rộng đẹp khang trang là thế, mà cứ mỗi năm một vắng! Chỉ vì trẻ con lớn dần, phải ra đi... Tôi cũng chỉ ở nhà đó được ba lần. Lần đầu về thăm bố mẹ, sau khi cưới ít lâu, rồi bị xẩy thai ở đó. Lần thứ hai là lúc tôi đang có thai Tú Anh, về nghỉ hè. Lần thứ ba đã có thêm Quỳnh Trâm.

Khi gia đình tôi dọn xuống Thủ Đức thì cũng là lúc cậu Tuấn, cô Châu, cô Bảo lần lượt xong tú tài, phải vào Saigon học đại học. Đồng thời anh Thức, chồng chị Dung, được đổi vào Saigon. Me tôi thấy cần thiết phải có một nhà nữa, rộng hơn, để cho các em tôi ở. Căn Hiền Vương cho vợ chồng chị Dung. Thế là mẹ tôi mua ngôi nhà thứ tư, đường Huỳnh Tịnh Của, số 11, rồi vào Saigon ở với các con. Nhà Yersin cho thuê. Thầy tôi dọn về nhà hộ sinh, mở phòng mạch ngay đó. Nha Trang như vậy chỉ còn một mình ông cụ. Mẹ tôi đi đi về về, lo cho cả hai nơi , như con thoi...

Sau một thời gian, cả me tôi và thầy tôi cùng mệt mỏi, nhất là thầy tôi phải sống cô đơn, xa vợ con, nên thầy tôi nhất quyết về hưu, bán nhà hộ sinh cho bác sĩ Kình.

Thế là vào năm 1965, cả nhà đều ở Saigon. Và căn nhà Huỳnh Tịnh Của trở thành chỗ hôi họp gia đình, nơi chốn đi về gần như mỗi ngày của chị em tôi.

Đó là một biệt thự chung tường với hai nhà kế bên. Ngoài là hàng rào bằng sắt có hoa giấy leo um tùm, với cái cổng sắt sơn xanh. Trước nhà là một mảnh vườn nhỏ trải cỏ dưới một cây sung lớn đấy trái. Dọc lối vào là một bụi chuối èo uột và một dẫy chậu đất nung Biên Hòa trồng toàn lan tím. Lối từ cổng vào rất rộng, đi thẳng vào bếp. Khi qua phòng khách thì thành một hàng hiên có mái che, có thể dùng làm chỗ để xe, hay kê bàn ghế ăn uống trong những ngày hè nóng nực và giỗ chạp .

Khi mới ở Nha Trang về với vợ con, thầy tôi có mở lại phòng mạch trong căn nhà này, nhưng vắng khách quá, cụ phát chán không làm nữa. Ít lâu sau, cụ tìm được việc khám bệnh cho nhân viên một hãng thuốc lá, mỗi ngày chỉ có mấy giờ. Thì giờ rảnh rỗi dành cho mạt chược, chơi tennis và bơi lội.

Nếu cuộc đời cứ như thế thì thật là hạnh phúc trần ai. Cô Bảo du học Nhật, cậu Hùng đi Mỹ thành tài trở về. Tuấn tốt nghiệp bác sĩ, Châu đậu Cử nhân Luật. Con cái đều học hành đỗ đạt nên người, có công ăn việc làm. Chị Dung lúc đó đã ở đường Hiền Vương, cậu Hùng ở cư xá Yên Đổ. Còn gia đình tôi ở Thủ Đức được một năm thì lại phải dọn về Saigon khi chồng tôi làm ở bộ Quốc Gia Giáo Dục, rồi lại dọn nhà nữa khi làm bộ Tài Chánh ở đường Hai Bà Trưng. Sau cùng xin được nhà 179 Phan Đình Phùng, mới yên chỗ... cho tới 1975

Nhà Huỳnh Tịnh Của lúc bấy giờ chỉ có thầy me tôi sống với cô Hoàn, cậu Tuấn, cô Châu. Năm 1973, cô Bảo mới ở Nhật về. Khi cô Châu lấy chồng năm 1972 thì thầy me tôi dành cho vợ chồng cô một phòng biệt lập phía sau , có phòng tắm riêng. Còn lúc cậu Tuấn lấy vợ, thì chỉ còn căn phòng trước dùng làm phòng mạch, ngay sát phòng khách, để cho vợ chồng cậu ở.

Có lẽ những năm đó là những năm hạnh phúc nhất của thầy me tôi. Cả đại gia đình sống quây quần bên nhau. Chúng tôi tuần nào cũng mang con đến thăm cha mẹ. Vào mùa hè, những hôm trời nóng bức, sau bữa cơm tối, vợ chồng tôi hay đón các cụ đi xa lộ hóng mát, hoặc đi Chợ Lớn ăn chè. Những ngày giỗ tết, lúc nào cũng đông đủ con cháu ở căn nhà Huỳnh Tịnh Của này. Đó là điều mà trong cuộc sống tha hương, con cái mỗi đứa mỗi phương, khó mà thực hiện được!

Thế rồi năm 1975 tới, với bao nhiêu biến cố dồn dập. Quân đội từ miền Trung được lệnh rút quân, áo giáp tả tơi lẫn với dân chúng chạy giặc ùn ùn kéo về. Cộng sản pháo kích Saigon. Thiên hạ hoảng hốt tìm đường thoát khỏi Việt Nam. Cô Bảo cậu Hùng vội vã làm đám cưới trước khi Saigon bị tiếp thu.

Ngày 30 tháng tư, gia đình chị Dung biến mất khỏi nhà Hiền Vương. Thầy tôi đến căn nhà trống vắng, ngẩn ngơ nhớ con nhớ cháu, vừa khóc vừa múc gạo mang về.

Lúc bấy giờ chưa ai dám nghĩ đến vượt biên. Những vụ thoát thân bằng tầu biển từ miền Trung có nhiều thảm kịch khiến ai cũng kinh hoàng. Gia đình chị Dung có được bằng an hay không, chỉ mong vào phúc đức ông bà.

Những người ở lại lo lắng hoang mang, chẳng biết những ngày sắp tới sẽ ra sao? Căn nhà Huỳnh Tịnh Của lúc đó là nơi chúng tôi đến hàng ngày, an ủi cha mẹ, bàn bạc tính toán với nhau chuyện đi ở. Người nào cũng mặt mũi đăm chiêu, nặng chĩu ưu tư.

Thế rồi Cộng sản vào thành. Cậu Hùng tìm đường vượt biển với gia đình vợ, bị bắt cả nhà. Cậu Tuấn phải trình diện học tập cải tạo. Ông cụ buồn thương con, tự nhiên yếu xụm đi, sức lực như tiêu tán hết. Có hôm đi bộ ra chợ Tân Định cũng không nổi. Trong tình hình hỗn loạn hoang mang của cuộc đổi đời, chẳng ai biết số phận mình sẽ ra sao. Chúng tôi chỉ biết đi bộ đến nhà bố mẹ để cùng chia sẻ những lo lắng chung cho mình cũng như cho đất nước.

Tiếp đó là những vụ vượt biên liên tiếp của gia đình tôi, rồi những ngày đi tiếp tế và lo chạy cho Hùng Tuấn. Bao nhiêu ưu tư làm bạc đầu bố mẹ.

Lần thứ ba, chúng tôi thất bại trở về, không nhà không cửa, còn mang them năm miệng ăn về cho các cụ nuôi. Thật là thê thảm! Thành ra, năm 1978, coi như tất cả chúng tôi túm tụm ở với nhau trong căn nhà Huỳnh Tịnh Của này.

Nhìn căn nhà tàn tạ dần, con cái tan tác , đứa đi xa , đứa ở tù, đứa không nhà , tương lai con cháu cũng như vận nước chỉ là một đường hầm tối đen, còn nỗi buồn nào hơn nỗi buồn này?!

Chúng tôi thoát khỏi Việt Nam mùa xuân năm 1979, định cư ở Mỹ vào những năm 1980, 81. Từ xa được tin các em Hùng Tuấn lần lượt từ trại cải tạo trở về, mừng không tả xiết. Đến năm 1983, khi thầy me tôi và Hoàn được giấy đi Mỹ, thì bà cụ lại đứng trước một vấn đề nan giải: bán hay không bán nhà HTC? Lúc đó tuy Hùng và Tuấn đã về, nhưng chưa có hộ khẩu. Công an phường khóm chỉ rình người nào xuất ngoại hay vượt biên là cướp nhà. Các em có ở đó cũng không chứng minh được sở hữu chủ, nên mẹ tôi đành phải bán rẻ căn nhà, được ít vàng chia cho các con ở lại.

Thế là hai nhà ngoài Bắc, bốn nhà trong Nam của mẹ tôi tan vào sương khói.

Tuy nhà HTC đã mất, nhưng đôi khi nhớ lại những ngày xum họp êm ấm cũ, tôi lại hình dung thấy căn nhà xưa. Tôi thấy mấy chậu lan tím, bụi chuối cạnh cổng, chuồng gà dựng sau năm 1975, hàng hiên ngoài phòng khách với cái bàn tròn mẹ con tôi vẫn dùng để làm kem chuối. Tôi thấy mẹ tôi đi chợ Tân Định về với hai giỏ thức ăn nặng chĩu, thầy tôi đánh bài trong phòng khách với mấy ông bạn già.

Vật đổi sao rời, nhưng trong tiềm thức của chúng ta, kỷ niệm vẫn sống trong không gian và thời gian riêng biệt của chúng.

Đấy là căn nhà cuối cùng của mẹ tôi... và là căn nhà tôi yêu mến nhất.

Virginia, tháng hai, 1998

THẦY TÔI

Không hiểu tại sao, từ khi thầy tôi qua đời, mỗi lần đặt bút viết về người cha yêu dấu, thì tôi lại không cầm được nước mắt. Mười mấy năm đã qua, bao nhiêu nước đã chẩy qua cầu, nhưng mỗi lần nhớ lại cha già, tim vẫn thắt lại, niềm đau hãy còn đó. Vẫn biết cuộc đời là vô thường, sinh ra đấy, rồi lại thoát biến, hiện hữu đấy, rồi lại tan như mây khói hư vô. Nhưng con người khi còn sống thì hãy còn trái tim để biết đau, biết vui, biết buồn, biết giận... để có nhiều lúc tiếc nhớ ngẩn ngơ những giây phút được sống bên cạnh người thân bây giờ đã nằm yên trong đất lạnh... để mà hối hận đã không đủ bổn phận làm con, không đủ tâm thành săn sóc cha già trong những ngày cuối cuộc đời.

Thầy tôi khi sinh thời là một người hiếu động và lạc quan. Ông yêu đời và hưởng thụ nhiệt thành cuộc sống trời cho. Ông có tinh thần thượng võ, lúc trẻ có học quyền cước Thiếu Lâm Tự. Sau này ưa những hoạt động thể thao như bơi lội và quần vợt mà có lần đã chiếm giải vô địch Nha Trang.

Khi còn trẻ, tính tình cương trực và nóng nẩy, không thích luồn cúi nịnh bợ, nên sau khi tốt nghiệp trường thuốc Hà Nội, ông không bao giờ được làm việc một chỗ. Bởi vậy, mà từ lúc tôi sinh ra đời, cho đến khi tôi lên bẩy, gia đình tôi cứ lang thang di chuyển từ Hà Nội đi Nam Định, từ Nam Định lên Sơn La rừng thiêng nước độc, rồi từ Sơn La xuống Đáp Cầu.

Tiếp tới chiến tranh thế giới 1939-45, ông mới được về Hà Nội , nhưng lại phải động viên làm cho quân đội Pháp. Tuy được về Hà Nôi, nhưng gia đình tôi không về Thịnh Hào , phố hàng Bột, cư ngụ trong căn nhà tổ tiên ông bà nội để lại cho con cháu . Thầy tôi được cấp nhà, loại nhà tây hai từng kiểu mới có phòng tắm và cầu tiêu máy cạnh phòng ngủ trên lầu. Căn nhà thứ nhất ở phố Charron, đằng sau nhà Diêm, song song với phố Huế, thuê lại của bác Lê Đình Nho. Sau vụ tránh bom Mỹ phải di tản gia đình về Ninh Bình năm 1944, gia đình tôi trở lại Hà Nội dọn vào căn nhà thứ hai ở Giám, tức là khu phố đằng sau Quốc Tử Giám mà cổng chính nhìn ra đường Sinh Từ. Cả hai căn đều có hàng xóm là Tây. Thời gian này, mẹ tôi có lính phụ giúp việc nhà và được mua khẩu phần nhà binh đặc biệt, nên đời sống thoải mái hơn trước.

Dường như những ngày làm cho quân đội viễn chinh Pháp đã khiến cho thầy tôi biết thưởng thức và yêu thích rượu nho, các món thịt ướp lá thơm nướng với bơ hay phó mát, hoặc hầm với rượu chát. Tôm hùm bỏ lò (langouste Thermidor) mà thầy tôi làm thì thật tuyệt hảo. Thì ra mấy năm sống với Tây, ông cụ đã học thêm được nghề làm bếp!

Rồi nghề thuốc của ông cũng vững vàng tiến triển thêm. Vào những năm 1945 trở đi, ông đã nghiễm nhiên thành một bác sĩ giải phẫu rất giỏi.

Vốn sẵn tính phóng khoáng, ông cụ rất hợp với lối sống tây phương cởi mở, thấm nhuần tinh thần dân chủ và tôn trọng con người trong kỷ luật và trật tự. Sau này, trong dịp thăm viếng Bruges thuộc nước Bỉ, đi cùng một chuyến xe với những người Pháp từ Normandie, với anh Thức và chị Dung, nhìn cảnh tượng mấy ông già chậm rãi nói truyện, khề khà bên ly rượu chát, nhâm nhi bánh mì phó mát... tim tôi lặng đi, tưởng như thấy lại cha già ngày xưa !

Ông cụ thích ăn ngon, nên mẹ tôi lúc nào cũng ráng lo cho được những mâm cơm tươm tất. Vì thế, tuy gia đình đông con, nhưng bẩy đứa chúng tôi chưa bao giờ phải ăn khổ ăn thiếu. Tôi còn nhớ, trong thời kỳ tản cư ở làng Hệ và Phú Lăng miệt Ninh Bình ngoài Bắc, sau mỗi lần đi công tác y tế , cụ trèo thuyền trở về nhà lúc nào cũng mang cho vợ con cả thúng vải thiều, cam quit đường thật ngon. Lúc nghèo túng cũng như lúc có tiền, thầy tôi bao giờ cũng cư xử thật hào phóng. Cuộc tản cư năm 1946 là thử thách đầu tiên cho gia đình tôi, cũng như cho bao nhiêu người Việt khác trong thời kỳ này. Bỏ cửa bỏ nhà ra đi lang thang vô định, vô kế mưu sinh, trẻ con chẳng được học hành. Trong những khó khăn đó, đôi khi nguy hiểm thập tử nhất sinh, thầy tôi rất điềm tĩnh, không bồn chồn lo lắng thở than. Bởi vậy mà qua bao nhiêu gian nan vì vận nước, hết tản cư lại di cư, rồi bỏ quê hương mà đi, làm lại cuộc đời không biết bao nhiêu lần, thầy tôi vẫn vững vàng như một cây trụ , để mẹ con tôi trông cậy.

Thầy tôi rất vui tính. Khi nào yêu con cháu thì hay hát lắm, nhưng đổi ý và lời theo ý của ông. Tôi nhớ khi mới có bốn đứa chúng tôi là Dung, Nhan, Hoàn, Hùng, thầy tôi hát một bài hát tây mà cho đến bây giờ tôi vẫn không biết thực sự lời ra sao. Bài đó tôi nhớ như thế này:

Ô la la mí se
Ô la la mí sé
Kiệc là sì thằng Dung
Ú là Hoàn
Ú là Hùng
Ô la la mí Nhan

Năm 1946, thịnh hành bài hát "Việt Nam minh châu trời Đông... ", ông cụ đặt luôn tên em thứ sáu của chúng tôi là Minh Châu. Sau này, em Châu có con. Ông ngoại hát cho cháu nghe làm sao, mà ra trường cô giáo tá hoả tam tinh gọi bố mẹ nó tới, dặn đừng dậy con hát nhảm. Hát nhảm thì cụ nhiều bài lắm. Có lẽ bài cụ dậy cho cu Duy là:

Ông tây đen nằm trong cái bồ
Đánh cái dít thành bánh ga tô!

Tính nóng như Trương Phi, lại thêm quan niệm anh hùng thấy sự bất bằng chẳng tha, nên đã có lần thầy tôi đặt mình và gia đình vào một vài trường hợp rất nguy hiểm. Khi chiến tranh thế giới thứ hai chấm dứt năm 1945, quân Lư Hán từ Trung Hoa sang tước khí giới quân đội Nhật. Lúc đó đất Bắc mới trải qua nạn đói khủng khiếp chết cả triệu người, dân tình hoang mang nghèo túng, tình thế nhiễu nhương rối loạn. Tây Nhật chưa bước ra khỏi nước thì quân Tầu đã kéo bầu đoàn thê tử rách nát đến , lăn xả vào ăn uống bốc hốt, làm cho dân Việt Nam chán ngán vừa khinh vừa ghét. Ỷ thế là một trong những cường quốc chiến thắng Nhật Đức, đàn quân ô hợp này hống hách bóc lột hà hiếp dân lành.

Một hôm, ông cụ đi đường, tình cờ chứng kiến cảnh một sĩ quan Tầu nắm tóc đánh đập một thiếu nữ Việt để cướp xe đạp. Cụ nổi nóng trổ võ Thiếu Lâm đánh anh chàng này một trận bò lê , cứu được cô gái thoát thân . Nhưng hôm sau quân Tầu mang cả một tiểu đội đến vây nhà Thịnh Hào, đập phá cổng, hò hét vang trời. Ông cụ giận dữ định ra đối phó. Cả nhà phải van xin mãi cụ mới chịu lánh mặt ra vườn sau, vì một mình cụ làm sao đối phó nổi với số quân đông như thế. Sau đó mở cổng cho lũ giặc vào nhà. Tìm không thấy ông cụ đâu, chỉ thấy một lũ đàn bà trẻ con trong phòng thờ Phật. Trời tối, thằng Tầu nào cũng chết nhát không dám ra vườn sau lùng xét. Thế là chúng quay ra hôi của. Bao nhiêu đồ đồng và xe đạp khuân đi hết. Đi qua giá binh khí, mỗi thằng lấy một cái, múa may dọa nạt lũ đàn bà! Tội nghiệp chị Ngâm lớ quớ gần đó, bị đập một giáo vào đầu.

Mấy hôm sau, khi biết được ông cụ là bác sĩ, thằng sĩ quan đến làm lành, trả lại mấy cái xe đạp, rồi xin ông cụ chữa cho cái chân sâu quảng!

Người xưa có câu: giầu không bỏ bạn, sang không bỏ vợ. Cụ ghét thực dân, nhưng đối với những người lính tây bầu bạn với cụ trong quân ngũ, cụ rất trung thủy, không chối bỏ khi họ trở thành kẻ chiến bại. Bởi vậy , khi Nhật đảo chính Pháp, giải tù binh qua nhà Thịnh Hào, ông cụ tỉnh bơ đúng trước cửa nhà vẫy gọi mấy anh lính Pháp quen, làm mọi người sợ xanh mặt.

Thời buổi nhiễu nhương, một câu nhịn là chín câu lành. Trong thời buổi tiểu nhân đón gió theo thời đầy rẫy, ông cụ lại quá ngay thẳng và nóng tính, cho nên mẹ tôi cứ phải khuyên ông cụ tập nhẫn nhục, nhắm mắt làm ngơ trước những chuyện bất bình. Cũng vì thế mà trong lúc hồi cư , cụ đã bình tĩnh lặng lẽ đưa được cả nhà về thành an toàn đầu năm 1948.

Thầy tôi thích đánh bạc .

Đánh bạc để giải sầu , vui anh vui em, thì là một thú tiêu khiển, nhất là vào tuổi già. Nhưng khi thầy tôi còn trẻ, đó là một đam mê. Đam mê này đã làm cho mẹ tôi khổ nhiều. Cứ mỗi lần chắt chiu để dành được chút tiền, thì chẳng bao lâu lại không cánh mà bay! Không một cuộc chơi nào mà ông cụ không thử nhúng tay: tổ tôm, tài bàn, phé, mạt chược, tài sỉu. Khi ở Sơn La, ông cụ mê tài sỉu đến nỗi dấu tiền ở đâu cụ cũng tìm ra, rồi nướng sạch. Lúc đó tôi mới lên ba, nhưng hình ảnh mẹ tôi ngồi khóc trước cái ống tre rỗng, tôi không bao giờ quên.

Sau này, khi bồng bột của tuổi trẻ đã dịu, thêm trách nhiệm với đàn con ngày một đông, thầy tôi chỉ còn xoa mạt chược vào những ngày cuối tuần. Tiếng loảng xoảng ròn rã của những quân bài, những khối chữ nhật mầu ngà, trên khắc chữ nho và hoa lá đủ mầu, theo năm tháng đã trở thành một phần trong cuộc sống của gia đình tôi. Cũng như nhạc đệm của phim ảnh, âm thanh những quân bài bị xóa đổ, nhào trộn, rồi lại được sắp xếp thành hàng, đã là nền và nhạc đệm của đời mấy chị em tôi, từ nhỏ cho đến khi khôn lớn.

Không phải chỉ một mình thầy tôi , mà cả nhà bên nội ai cũng thích đỏ đen, thua được, y như thể có một cái gì kích thích làm cho trí óc sống động, cho đời lên hương. Trừ bác ba Triền, mấy anh chị em thầy tôi đều thích đánh bài. Ông bà nội đánh tổ tôm. Bác trưởng Vịnh, bác hai Phụng, bác Đạo và thầy tôi thích xoa mạt chược. Nếu đánh bài mua vui thì cũng là một giải trí thường tình. Nhưng ham mê quá độ như vợ chồng bác hai Phụng, miệt mài đêm ngày với quân bài, đến nỗi hết cả tiền bạc, còn mắc bệnh lao cả hai, rồi lần lượt qua đời, để lại một đàn tám đứa con, thì thật là bi thảm .Bác trai chết ở Kiến An trong khi khi còn đi làm và chưa có chiến tranh, nên được chôn cất tử tế. Nhưng khi xảy ra chiến tranh Việt Pháp, phải tản cư về làng Chương Mỹ, thì bác gái hoàn toàn kiệt quệ cả tiền lẫn sức khỏe. Bác cố lết thân tàn lên Thái Nguyên để nương nhờ bác ba Triền mà không được . Cả gia đình đói khổ. Lúc chết không có quan tài mà chôn. Mất mẹ rồi, các anh chị phải tản mác mỗi người một nơi tìm đường sống. Anh Tụng, anh Nam , anh Vị đi bộ đội. Chị Loan chị Vân làm lao công nhà thương để lo cho anh Ninh và chị Yến lúc đó mới sáu tuổi. Còn chị Thúy mới có mười tuổi đã bị bỏ lại Chương Mỹ để hầu hạ cụ Lang khi cả nhà đi Thái Nguyên. Cụ Lang là mẹ kế của bà nội chúng tôi, sinh ra bà Bình là mẹ cô Long, và bà cả Thi là mẹ cô Thừa.

Năm sau, trên đường hồi cư, thầy tôi tìm thấy đứa cháu mồ côi, ôm lấy cháu khóc ròng rồi mang theo về Hà Nội. Chị Thúy ở với gia đình chúng tôi từ dạo đó, cho đến 1954. Còn anh Ninh, sau này nghe anh Tụng kể, thì được học bổng sang Tầu, nhưng phải đi bộ một mình tới biên giới. Mới có mười tuổi, không tiền, chỉ có một mớ vải mang theo để bán lấy tiền độ nhật, tiêu hết phải đào củ đào măng mà ăn. Gió mưa rét mướt, bé bỏng côi cút dặm trường, cực khổ kể sao cho xiết! Thật là:

Hữu thân hữu khổ phàn nàn cùng ai

Miệng ăn măng trúc măng mai..

Chúng tôi có diễm phúc được người cha có trách nhiệm và người mẹ đảm đang, được lo lắng săn sóc từ nhỏ cho đến khi khôn lớn, mà đôi khi cứ cho là việc dĩ nhiên! Có biết đâu đó là kết quả của bao nhiêu hy sinh và yêu thương.

Sau này, khi gặp lại nhau năm 1975, kẻ chiến thắng tả tơi rách nát, kẻ chiến bại cửa rộng nhà cao, nhìn nhau nửa khóc nửa cười. Họ vào thì hàng ra... ,Thương xót mấy đứa cháu sớm côi cút lận đận, thầy me tôi hết lòng giúp đỡ các anh chị. Nhìn chị Thúy sau bao năm không gặp trong cái quần đen cũn cỡn và chiếc áo sơ mi trắng đã ngả mầu nước dưa, thấy buồn vô hạn. Anh Tụng, lúc bấy giờ làm tuyên huấn, đã thật thà kể là anh đi giữa đường Catinat hào hoa tráng lệ, chân lê đôi dép dâu, với bộ đồ bộ đội bạc mầu, mà không cảm thấy cái kiêu hãnh của kẻ chiến thắng.

Tụ họp với nhau chẳng được bao lâu rồi cũng tan. Hố sâu giữa các ý thức hệ quá sâu, hận thù quốc cộng bao nhiêu năm khó giải, dù là có thiện chí của kẻ bại muốn sống an phận để cùng xây dựng đất nước. Đột nhiên những người đang sống ở miền Nam thấy mình lạc loài như kẻ lạ, ngay trong lòng đất mẹ... Gặp nhau chưa được bao lâu đã phải xa nhau!

Âu cũng là số trời, bắt con cháu họ Lê phải chia năm sẻ bẩy, tứ tán mười phương. Có thể sau này, chi bác Phụng sẽ là chi độc nhất còn lại trong nước để nối tiếp dòng họ Lê, trong khi con cháu lưu vong ở nước ngoài mỗi ngày một quên nguồn gốc của mình.

Ngày xưa, người cha có một địa vị độc tôn trong nhà, con cháu sợ một phép. Vì thế thường thường là con cái thương kính cha, nhưng không gần gũi. Sự sợ hãi người cha đôi khi còn bị tăng thêm bởi các bà mẹ, khi răn dậy con không được, lại dọa mách bố cho ăn đòn. Nhiều đấng phụ thân đã trở thành những ông ngoáo ộp bất đắc dĩ.

Thầy tôi đã xóa bỏ huyền thoại đó. Ông tỏ tình thương con bằng những cử chỉ âu yếm như xoa đầu, vỗ vai, bằng sự yên lặng theo dõi cuộc sống hàng ngày của đàn con bẩy đứa. Nhiều lần đã làm chúng tôi ngạc nhiên và cảm động. Ông gần như không bao giờ dùng roi vọt để trị con. Tôi là đứa bé bướng bỉnh và phá phách nhất nhà, mà cũng chỉ bị đòn một lần. Lúc đó tôi mười tuổi. Nhà Thịnh Hào có một cái bàn bỏ quên trong vườn sau, cạnh miếu Thần Hổ. Tôi với lũ lâu la nhóc tì đem nước ra kỳ cọ để lấy chỗ chơi làm nhà, không biết sao phá nát cả khu vườn. Đứa nào cũng đứt chân đứt tay chẩy máu tùm lum. Thế là bị phạt cả lũ. Tôi bị nằm sấp xuống giường, bị đét đít năm roi bằng chổi lông gà. Đánh xong, trong khi tôi khóc nức nở, thầy tôi đắp chăn cho tôi, và tôi ngủ lúc nào không biết. Ông biết tôi thích Esther Williams, một tài tử chiếu bóng đóng toàn phim bơi lội, nên thỉnh thoảng lại cho tôi tiền đi xem phim bà này. Ông biết tôi thích đi tắm biển Đồ Sơn, nên khi tôi đỗ tú tài phần một , ông bảo mẹ tôi thưởng cho một áo tắm mầu xanh nước biển.

Chị Dung và mấy em tôi cũng ít khi bị phạt. Trừ cậu Hùng nghịch phá môt cây, có bốn cái chân tay thì lần lượt gẫy mất ba, là hay bị phạt quì. Và cô Châu gan lì, một thời có tên là nữ Tarzan vì trèo cây nhanh như vượn. Một hôm, lúc đó gia đình tôi ở Nha Trang, Châu bị phạt nhốt vào phòng kín. Hai thằng anh lực lưỡng phải vất vả lắm mới lôi được con bé vào nhà để thụ án. Thầy tôi làm mặt nghiêm, nhưng trong bụng chắc cười thầm con bé thế mà đáo để. Ở nhà em Châu giống thầy tôi là rất yêu chó, nên hai bố con tương đắc lắm. Chó nào thầy tôi cũng đặt tên là Mirza, để nhớ đến con chó săn ngày xưa. Khi con chó Mirza cuối cùng bị xe cán chết ở Saigon, thì ông cụ thôi không nuôi chó nữa. Sau này, trong những ngày bị kẹt lại với Cộng sản ở Saigon, những ngày sau tháng tư đen năm 1975, tự nhiên chó mèo hoang cứ đến nhà sinh đẻ, đuổi không đi. Thầy tôi mới nuôi thêm một con chó nữa, đặt tên là Toto. Khi thầy me tôi sang Mỹ năm 1983, vợ chồng cậu Hùng mang nó về nuôi ở nhà anh Vị, đường Kỳ Đồng. Đến khi ông cụ qua đời năm 1986, thì tự nhiên con Toto cũng chết! Người ta bảo chó cũng có tình như người. Không biết con Toto được thầy tôi yêu mến đến thế nào, để nó nhớ tiếc đến nỗi không còn muốn sống nữa khi chủ cũ ra đi.

Những ngày nội trú ở trường Notre Dame du LangBiang , tôi đã tìm thấy đức tin, tình thương bao la nơi Thiên Chúa. Tôi đã tìm thấy giải đáp cho những băn khoăn của tôi về nguồn gốc và ý nghĩa của sự sống và sự chết. Tôi đã học được đức khiêm nhường và khó nghèo, để nhận ra sự phù du và hữu hạn của con người trong vũ trụ. Tôi đã thấy được sự nhiệm mầu của uy quyền Thượng Đế tạo dựng đất trời và muôn vật.

Nhưng niềm tin của tôi đã làm mẹ tôi lo sợ. Mẹ tôi sợ sẽ mất một đứa con và nền tảng nho giáo thờ cha kính mẹ, phụng thờ tổ tiên sẽ bị xóa bỏ.

Chỉ có thầy tôi là hiểu niềm khát vọng của tôi. Một hôm, nhân tiện vào Saigon có việc, ông bảo tôi: Con muốn theo đạo thì cứ theo, nhưng yên lặng mà làm, đừng để cho mẹ biết, mẹ buồn.

Sau này mẹ tôi cũng hiểu. Và đã dự lễ cưới của tôi ở nhà thờ Regina Mundi.

Hai mươi năm sống ở miền Nam, từ 1954 đến 1975, là những năm tươi đẹp nhất của gia đình tôi. Lẽ dĩ nhiên, thầy tôi rất hạnh phúc. Sự nghiệp của ông thành công mỹ mãn. Tiền bạc vào như nước. Cả tỉnh Nha Trang , ai cũng biết và yêu mến cụ Trí. Những ông bà nào sinh vào những năm 60 ở Nha Trang phần lớn là do tay ông cụ giúp cho chào đời. Tuy bận rộn với nhà hộ sinh và phòng mạch, nhưng thầy tôi vẫn dành thì giờ để chơi tennis , tắm biển và xoa mạt chược.

Thời kỳ đó cũng là lúc chúng tôi được viếng suốt miền Trung, từ Nha Trang cho đến bến Hải. Ông cụ thích lái xe đi chơi xa, nên chúng tôi đã có dịp dừng chân ở Hội An, Đà Nẵng. Tới đèo Hải Vân nhìn mây nước, ngắm Lăng Cô đẹp tuyệt vời dưới chân đèo, trước khi đến Huế thăm đền đài lăng tẩm. Rồi từ Huế đến bến Hải, nhìn con sông chia đôi đất nước, để ngậm ngùi hướng về Hà Nội xa xôi. Lâu lâu, trên đường đi Saigon, chúng tôi lại được đi qua Ban mê Thuột, Phan Rang, Phan Rí. Tới Phan Thiết ăn cơm cháy. Vòng lên Đà lạt hưởng thú co ro trong áo lạnh, ngắm hoa anh đào, thăm trại mận, ngắm thông xanh thác đổ.

Tuy hạnh phúc với vợ con và thành công trong sự nghiệp, nhưng thầy tôi lúc nào cũng ấp ủ trong lòng bao niềm thương nỗi nhớ. Nhớ nhà Thịnh Hào, nơi thầy tôi sinh ra và lớn lên. Nhớ Hà Nội gạo trắng nước trong, ngàn năm văn vật. Nhớ những ngày ngoài Bắc xa xưa, bố mẹ anh em con cháu tết nhất tụ họp đông vui... Cho nên năm 1961, khi vợ con vào hết cả Saigon, ông cụ một mình đơn chiếc ở Nha Trang, nỗi buồn hoài hương lại càng tha thiết, trạnh lòng làm bài thơ này:

Di cư đã quá bẩy năm rồi,
Cái mộng hồi hương vỡ mất thôi!
Tóc bạc hai bên đà lốm đốm,
Răng long mấy chiếc nhức liên hồi
Đàn con phân tán đôi ba chỗ,
Gánh nặng đôi vai vẫn một nơi.

Dựng lại cơ đồ nơi đất lạ
Nên chăng cũng tự ở ông Trời!

Sau cùng, thầy tôi quyết định bán nhà hộ sinh ở Nha Trang để gia đình được xum họp ở Saigon. Bắt đầu từ năm 1966, ông cụ hết phải kéo cầy nuôi vợ con, hết phải cô đơn sống một mình . Giã từ Nha Trang, miền cát trắng đã đùm bọc gia đình chúng tôi bao nhiêu năm, những năm tháng nhọc nhằn lập lại cuộc đời nơi đất lạ.

Thời gian 1966-1975 là thời gian êm đềm hạnh phúc nhất của gia đình tôi, và nhất là của thầy tôi. Ông cụ bắt đầu được hưởng thú thanh nhàn. Không còn những đêm đang ngủ phải thức dậy tất tả chạy vào nhà thương để mổ hay đỡ đẻ. Chỉ tà tà khám bệnh mỗi sáng vài tiếng cho nhân viên một hãng thuốc lá, thì giờ còn lại vui với con cháu, nghỉ ngơi, đánh tennis hay đi bơi ở Cercle Sportif.

Ngày tháng qua đi, chúng tôi bẩy đứa lần lượt trưởng thành. Đứa nào cũng học hành đỗ đạt nên người. Không ai làm cho bố mẹ buồn lòng.

Nếu không có biến cố 1975, thì cuộc đời của cha mẹ tôi sẽ tiếp tục thong dong như vậy.

Than ôi! Cuộc đổi đời đến như một trận cuồng phong, đem lại bao nhiêu đau thương , mất mát, sinh ly... Tuổi già giọt lệ như sương, mà cứ phải khóc thương hai thằng con trai đi học tập! Ngày đêm sống trong lo sợ phập phồng, sợ tiếng đập cửa nửa đêm xét nhà, sợ đấu tố tư sản, sợ bất trắc cho những đứa con liều mạng vượt biên.

Hùng Tuấn đi học tập cải tạo, tưởng một tháng thì về, ai ngờ vợ con bố mẹ chờ cả năm năm cũng chẳng thấy vân mòng:

Nó bảo rằng đi nửa tháng thôi,
Năm năm chờ đợi đã qua rồi!
Đau lòng bố mẹ thân mòn héo,
Sót cảnh thê nhi, lệ ứa rơi.
Tháng tháng lo mua đồ tiếp tế
Ngày ngày mong đợi chuyến thăm nuôi.
Ta bà biển khổ, đâu là bến?
Gắng giữ lòng tin để tới nơi.

Sức khỏe của thầy tôi bắt đầu sa sút, với tất cả những suy sụp của tuổi già: răng đau, mắt bị glaucoma, tiểu đường bột phát.

Tội nghiệp ông cụ thích ăn ngon mà răng không nhai được. Thêm bệnh tiểu đường làm ông cụ yếu sức đến nỗi đi bộ ra chợ Tân Định mà nhiều khi cũng không nổi! Những cái Tết xum họp đại gia đình càng ngày càng thưa thớt. Con cái tứ tán mỗi đứa một phương, đứa học tập cải tạo, đứa đi tù vượt biên, đứa thì ở xa bao nhiêu đại dương...

Khi có tin gia đình chị Dung đã định cư ở Pháp, cả nhà đều mừng rỡ, nhất là thầy tôi. Từ khi gia đình chi Dung hớt hải bỏ đi, biền biệt bóng chim tăm cá, ông cụ lo con nhớ cháu, ngơ ngẩn cả người. Có lần đến căn nhà bỏ hoang ở đường Hiền Vương, thu dọn đồ đạc con để lại, ngồi múc gạo mang đi mà nước mắt cứ rơi.

Chi Dung ở xa, vừa phải phấn đấu với cuộc sống nơi xứ lạ, vừa lo cho số phận bố mẹ anh em ở nhà, cũng lo buồn không kém. Đành cứ chắt chiu dành dụm, dư được chút nào thì gửi quà về đỡ đần bố mẹ.

Được quà thì mừng, nhưng đi lãnh quà thì dở khóc dở cười, vì xếp hàng đã lâu, mà chen lấn chụp dựt thì thật là cả môt cơn ác mộng. Đến nỗi ông cụ phải tả oán:

Cũng vì bưu phẩm gửi từ Tây
Mới biết lầm than đến nỗi này!
Mỏi gối chồn chân, già vịn trẻ,
Chen vai thích cánh, béo xô gầy.
Còn lo tên gọi nghe không rõ,
Lại số tiền mang thiếu, khó vay!
Lỉnh kỉnh mang đồ, xe bắt bí,
Đường về, ngại nhất cướp bao vây.

Tết năm 1980 là cái Tết buồn nhất của thầy me tôi. Nhà Huỳnh Tịnh Của leo heo lạnh ngắt, vắng tiếng nói cười. Hùng Tuấn vẫn còn học tập chưa về. Gia đình cô Châu và gia đình tôi lúc đó đã vượt biển vào những tháng ba tháng tư năm 1979, đang chờ định cư trong các đảo Nam Dương và Mã Lai. Ở nhà chỉ còn cô Hoàn, vợ chồng cô Bảo, Lâm Hương vợ Hùng, và Miên vợ Tuấn với con gái đầu lòng là Minh Tú, ăn với bố mẹ một cái Tết đầy ắp nhớ thương.

Đêm Giao Thừa, ông cụ làm bài thơ:

Tiếng pháo Giao Thừa nổ khắp nơi,
Người ta nhộn nhịp đón xuân tươi.
Riêng mình mang mối sầu rười rượi,
Chẳng thiết mừng xuân, chẳng muốn cười!

Chẳng thiết mừng xuân, chẳng muốn cười,
Thương con tù tội mấy năm rồi!
Quyền cao, chức trọng, nào đâu phải?
Chả biết cầu ai, chỉ khấn trời.

Năm đó thầy tôi 74 tuổi. Cả một cuộc đời phấn đấu không ngừng, mà tuổi già sao vẫn không được yên, vẫn phải chịu bao chuyện đau lòng lận đận.

Năm nay tuổi đã bẩy mươi tư,
Con đứa đi xa, đứa ở tù!
Áo mặc sơ sài lo tốn vải,
Tiêu tiền dè sẻn sợ hao xu!
Tự do hạnh phúc nào đâu thấy?
Cướp của giam người mãi thế ru?
Trí thức khoanh tay ngồi chịu trận,
Chỉ còn than thở với thầy tu.

Niềm vui duy nhất là gặp lại được bà chị, bác Đạo, vào những năm 1976, 77. Bác Đạo ở lại Hà Nội từ 1954 . Sau 20 năm xa cách, không ai ngờ bác Đạo lại đẹp lão đến thế! Tóc trắng như cước, da dẻ hồng hào, thần sắc ung dung nhàn nhã. Bác vấn khăn nhiễu mầu mận già, áo dài nhiễu nâu đậm, phong độ chả khác gì những ngày hoa gấm cũ. Nếu không tình cờ thấy cái áo len của bác. Đó là một cái áo mà mỗi hàng sợi là một mầu khác nhau, do sự chắp nối của bao nhiêu len vụn tháo ra từ những áo cũ rách. Nhìn cái áo, mới thấy rõ cuộc sống của người dân trong bao nhiêu năm qua ở ngoài Bắc . Ăn không đủ no, quần áo không đủ ấm. Khi chị Thúy vào Nam lần đầu, thấy chị mặc một quần đen ngắn, tôi cứ tưởng là kiểu ngoài Bắc. Sau này mới biết là mỗi năm mỗi hộ chỉ được mua vải một lần, vừa đủ để may một bộ quần áo vừa ngắn vừa chật.

Bác Đạo sống cực khổ ra sao trong những năm qua, nào ai có biết?! Nhưng bác không hề kể lể than van. Bác vẫn tụng kinh niệm Phật mỗi ngày, và vẫn làm thơ. Gặp lại nhau, hai chị em lại cùng nhau xướng họa.

Tết cuối cùng ở Việt Nam, năm 1983, bác Đạo gửi từ Hà Nội cho ông em một bài thơ xuân:

Tám mươi năm ở cõi trần ai,
Dở số thiên tào, số sống dai
Để ngắm người đời đen đổi trắng
Mà xem cuộc thế thắm hay phai.
Người tiên cõi tục đâu còn vướng
Phật thánh tuần hoàn cũng một mai
Chẳng phải nợ duyên, ai nỡ buộc,
Thiên cung liệt nữ xuống so tài.

Thầy tôi họa lại như sau:

Thế sự thăng trầm có nể ai,
Còn trong tục lụy, khổ còn dai!

Thương nhà ly tán, chưa xum họp,
Ngán nước đen ngòm, khó nhạt phai.
Tưởng nhớ quê hương đang rét mướt,
Vọng trông con cháu buổi sương mai.
Chỉ xin Thượng Đế thương người Việt
Phái xuống trời Nam kẻ đức tài.

Đó là lần cuối cùng hai chị em xướng họa cùng nhau, trước khi thầy tôi biệt xứ.

Những ngày tháng lưu vong:

Tháng hai năm 1983, thầy me tôi nhận được giấy tờ đi Mỹ.

Lúc bấy giờ, ở Việt Nam, Hùng Tuấn vừa được học tập trở về. Cô Bảo mới sinh con gái đầu lòng.

Ở nước ngoài thì gia đình chị Dung ở Pháp đã được 8 năm, từ 1975. Gia đình cô Châu và gia đình tôi mới tơí Mỹ định cư được hơn hai năm, từ những năm 1980, 81. Trong nỗi vui mừng sắp được tái ngộ với lũ con xa xứ, vẫn còn nhiều niềm đau khi phải bỏ lại những đứa con mới học tập trở về, vô gia cư, vô nghề nghiệp. Tuổi già muốn an mà không được an!Vẫn còn quá nặng ưu phiền!

Lại một lần nữa, thầy me tôi phải bán bỏ hết tài sản cơ nghiệp tạo dựng suốt hai mươi năm ở miền Nam, chia một phần cho các con còn ở lại, để ra đi với gần như hai bàn tay trắng. Với tuổi đời đã cổ lai hy!

Khi tới Hoa Kỳ , thầy me tôi và cô Hoàn định cư ở San Diego, thuộc tiểu bang California, miền Tây Nam Hoa kỳ, do cô Châu cậu Bảo bảo lãnh. San Diego là một thành phố hiền hòa trên bờ biển Thái Bình Dương. Nước biển quanh năm trong xanh như ngọc, khí hậu mát mẻ, gần như không có ô nhiễm, rất tốt cho người già. Những ngày đầu gặp lại nhau, cha mẹ con cái mừng mừng tủi tủi, hàn huyên kể lể chuyện nhà chuyện nước, chuyện vượt biên... Rồi sau đó là những ngày cuối tuần bận rộn lo giấy tờ định cư, thăm bà con họ hàng, làm quen với cảnh thành phố, viếng Orange County là nơi tụ hội nhiều người Việt nhất thế giới.

Những ngày đầu, đi đâu cũng có con cháu đi cùng, nên chỉ thấy vui trong cảnh lạ người lạ, chưa thấy thấm thía niềm xa xứ. Khi bắt đầu phải làm quen với cuộc sống hàng ngày trên đất Mỹ, trong khi con cháu đi làm đi học, thì mới thật là khó.

Khác với lúc di cư vào Nam, dù sao cũng là đất nước của mình, chỉ khác nơi chôn nhau cắt rốn. Lần này các cụ đến một nơi mà nếp sống và tập quán hoàn toàn khác hẳn lối sống của mình từ trước đến nay. Từ Saigon phố phường nhộn nhịp, ồn ào sáng chiều tiếng rao hàng, tiếng gọi nhau, kèn xe kính coong, tiếng Việt thân thương dóng dả vang vang... thầy me tôi tới một nơi mà mỗi căn nhà là một thế giới riêng, một Việt Nam im ắng thu nhỏ. Thế giới bên ngoài là đường phố mênh mang xa ngút ngàn, những bóng người vội vã đi, những chiếc xe vun vút chạy. Và tiếng người, một đôi khi nghe thấy, nghe líu lo như những tiếng chim lạ, khó hiểu làm sao!

Nhà cô Châu lúc bấy giờ ở đường Brillo. Đó là một căn nhà rất xinh xắn, vườn đằng trước là thảm cỏ xanh điểm mấy cây dừa, vườn sau đầy cây ăn trái như cam quit và chanh. Đi bộ chừng mười phút là tới một thương xá nhỏ có vài cửa hàng lẻ tẻ cung cấp ít dịch vụ, rau trái và đồ lặt vặt. Ngoài ra còn có một cửa hàng bách hóa hạng trung bán đủ thứ quần áo, giầy dép, tranh ảnh, bát đĩa soong nồi, đồ kỷ niệm... Nhìn quanh địa thế, các cụ thấy có thể tổ chức môt cuộc sống tạm gọi là không nhàm chán, không bị tù hãm trong nhà cả ngày. Tuy tiếng Anh của ông cụ chỉ quanh quẩn mấy chữ chào hỏi thường dùng và giá cả, nhưng cũng tạm đủ cho hai cụ có thể tản bộ ra đó mua bán, hay ngắm hàng ngắm người. Khi nào cần thông dịch nhiều thì đã có cô Hoàn. Sau một thời gian ngắn, thầy me tôi và cô Hoàn bắt đầu được hưởng trợ cấp xã hội, tiền già và bảo hiểm sức khỏe. Mọi việc coi như ổn định.

Nước Mỹ rộng lớn đi đâu cũng cần có xe. Thầy tôi tính tự lập, lại năng hoạt động. Khi cụ tính đi thi lấy bằng lái rồi mua xe, để có thể tự túc đi lại, thì lại kẹt vốn Anh ngữ không đủ để thi. Thêm vào đó, ai cũng ngăn cản cụ vào tuổi này không nên lái. Thành ra ông cụ kẹt như chim bị nhốt vào lồng, nhìn trời xanh cao lồng lộng mà không có cánh để bay! Khi thầy tôi tìm được mấy cụ bạn già, thì lại càng thấm thía cái bất lực muốn gặp nhau không phải dễ, cứ phải lụy con, hay bất cứ ai cho quá giang . Đi không đi được, nói không nói được, nghe cũng chẳng ra, ông cụ chỉ gửi tâm sự vào mấy vần thơ:

Bỏ nước ra đi với hận sầu
Lưu vong đất khách thích gì đâu!
Rau sam vị mới chưa quen lắm,
Lá muống năm xưa vẫn nhớ lâu.
Vốn liếng Ăng Lê còn mấy chữ,
Gia tài trung học được vài câu!
Chót vì biếng học khi còn trẻ,
Con cháu giờ đây phải cậy cầu!

Cũng may cụ Thu ở gần nhà, nên khi buồn các cụ có thể đi bộ đến thăm nhau. Cụ Khải ở tận Los Angeles, chỉ có cách liên lạc bằnh thư hay điện thoại.

Rồi dần dà cũng bắt đầu có những bàn mạt chược giải sầu. Từ bàn mạt chược này sang bàn khác, lại làm quen thêm một số bạn già nữa. Căn nhà mọi khi vắng lặng, bắt đầu sống động, vang tiếng nói cười lẫn tiếng bài xoa loảng xoảng. Mẹ tôi cũng có việc thêm để bận: nấu nướng cho khách đánh bài.

Lúc bấy giờ thầy tôi đã 77 tuổi, mẹ tôi 72. Tương đối sức khỏe cả hai cụ đều tốt, nhất là mẹ tôi còn nhanh nhẹn lắm. Đất nhà cậu Bảo cô Châu lại rất mầu mỡ, nên hai cụ có thêm được thú làm vườn, vừa có rau Việt Nam ăn, vừa mạnh chân khỏe tay.

Chả mấy chốc khu vườn sau nhà đã xum xuê cải xanh, bí bầu, thơm ngò hành xả... Mấy cây cam, quit, chanh được vun sới, tưới hàng ngày, ra đầy trái , nhuộm đỏ nhuộm vàng cả một vùng.

Thầy me tôi đến San Diego được vài tháng thì tôi thu xếp đến thăm ngay. Các cụ cố ý chờ tôi đến để cùng đi xem Sea World, sở thú, Wild Animals Park và Disneyland ở Orange County. Đó là lần đầu tôi tới Cali. Kể từ năm đó, dù bận rộn đến đâu, tôi cũng cố đi thăm bố mẹ ít nhất mỗi năm một lần.

Hè 1983, thầy me đi Virginia thăm gia đình tôi, đúng lúc Quỳnh Trâm tốt nghiệp trung học. Lúc đó chúng tôi còn ở Gilson St, Falls Church, một căn nhà có vườn rộng bao quanh, thuê của ông Khiết là bạn làm sở Mỹ với chị Dung ngày xưa. Tội nghiệp cho thầy me tôi, con cái đứa nào cũng chân ướt chân ráo mới định cư, hãy còn nghèo rớt mùng tơi, chả có nhiều tiền và thời giờ đưa các cụ đi ăn uống hay đi chơi xa. Thành ra ở Cali hay Virginia, hai người già vẫn ra ngẩn vào ngơ trong căn nhà vắng, mong con cháu chiều về mới được xum vầy. Gần nhà Gilson có một thương xá nhỏ, gồm chợ Safeway và một drugstore. Từ nhà có thể đi bộ tới, nên thầy me tôi cũng có chỗ giải sầu, qua đó ngắm hàng ngắm họ. Tuy không đưa được các cụ đi chơi xa, nhưng chúng tôi cũng cố gắng dành thì giờ đưa các cụ thăm mấy tỉnh gần như Philadelphia và Atlantic City, các đài kỷ niệm và bảo tàng ở thủ đô Hoa Thịnh Đốn. Chỉ tiếc là mùa hè không có gì đặc biệt ở Virginia, chỉ có cái nóng nung người, trong khi mùa xuân hay mùa thu ở đây mới là tuyệt vời. Lúc bấy giờ Virginia hãy còn ít người Việt. Phố buôn bán Việt Nam chỉ tụ tập ít cửa hàng ở đường Wilson, ngay trạm xe điện ngầm Clarendon. Có lần thầy tôi ngỏ ý muốn ăn tiết canh vịt, mà tìm mãi không có tiệm nào làm. Trong suốt một tháng ở với chúng tôi, cụ chỉ yêu cầu cho cụ ăn xôi đậu xanh với món đậu rán mỡ hành, và cà phê pha trong cái nồi ngồi trên cái cốc.

Thời gian bốn năm sống trên đất Mỹ, thầy tôi chỉ đi chơi xa có hai lần. Lần đầu đi Virginia thăm gia đình tôi, và lần thứ hai đi Pháp thăm gia đình chị Dung năm 1984. Lúc đi Pháp, sức khỏe thầy tôi đã bắt đầu suy yếu. Răng cứ đau hoài, ăn không được cũng mất sức. Mắt bắt đầu mờ, bệnh tiểu đường nặng thêm. Chuyến bay đi Pháp khá dài nên đến nơi là ông cụ mệt lả. Một tháng ở Paris, những tưởng ông cụ sẽ hưởng thú ăn cơm tây hằng ưa thích, nói thứ tiếng cụ hằng thông thạo, đi dạo đường phố tấp nập như ở Việt Nam, nhưng cụ yếu quá, chẳng có sức đi đâu. Lần sang tây này là lần đầu và lần cuối thầy tôi gặp gia đình chị Dung.

Trong những năm cuối cuộc đời , từ 1985 tới đầu 1986, có môt thời gian ông cụ tham gia ban yểm trợ phong trào kháng chiến của Hoàng Cơ Minh. Được đưa đón đi họp, gặp người này người kia, ông cụ vui, khỏe hẳn ra. Đáng tiếc là sau này, thấy phong trào này chẳng đi đến đâu, nên ông cụ rút lui, mất luôn niềm tin và niềm vui. Từ đó chỉ còn bầu bạn với phim chưởng và mạt chược.

Bao nỗi chán chường chỉ còn tâm sự với bạn thơ:

Hai ta tuổi đã quá già rồi
Lặn lội phong trần đến tám mươi.
Đã tưởng đoàn viên vui tuổi lão,
Nào ngờ lưu lạc kiếp chim trời!
Anh khôn sớm mượn vui thi phú
Tôi dại còn mong chuyện đổi đời!
Còn bạn cố tri còn thích sống
Sỹ Tâm có dịp sẽ đây vơi.

Cuộc đời tù túng trong nhà làm tinh thần ông cụ càng ngày càng suy sụp. Thêm vào đó, bệnh cô Hoàn trở nặng, gây ra những va chạm xào xáo trong nhà, gây mối bất hòa trong đại gia đình, khiến cho trái tim già đã buồn trăm chuyện, lại càng não lòng nát ruột. Cuộc sống hiện tại chẳng thấy vui, lâu lâu nhìn lại ảnh cũ trong album, lại càng nhớ thương con cái ở xa, và những ngày hạnh phúc xưa:

Hình ảnh năm xưa đã ám mờ
Gợi bao tình cảm tựa nằm mơ.
Còn đâu vui nhộn ngày sinh nhật
Với buổi huy hoàng lễ nguyệt tơ .
Kẻ mất người còn tình thắm thiết
Thân già sức yếu sống trơ vơ
Tám mươi tuổi lận, ham chi nữa,
Nghĩ đến đàn con vẫn ngẩn ngơ

Năm 1985, khi tôi báo tin là vợ chồng tôi cùng

Tú Anh và Việt, lúc bấy giờ đã đính hôn, sẽ đi Cali ăn tết với hai cụ. Thầy tôi vui thật vui.

Từ trước đến nay, thầy tôi vẫn trọng ngày Tết, coi như là một ngày thiêng liêng nhất trong năm. Ngày đó là gia đình xum họp, con cháu ở xa đến đâu cũng cố về. Bây giờ con cái tứ tán mỗi đứa một phương, người ở châu Âu, người ở Việt Nam, người ở Mỹ, về nhà ăn Tết đâu có phải dễ! Bỏ nước ra đi, tưởng được xum vầy với con cháu như những năm xưa, nào ngờ Tết tha hương thật buồn:

Tìm đâu đại đóa với mai hoa
Vui nhộn năm xưa dĩ vãng mà!
Muốn chúc tân niên dùng điện thoại,
Còn xin lộc Phật, đợi xe ca!
Nhang thơm nến đỏ cho ra vẻ,
Mứt ngọt chưng xanh để gọi là.
Tiếng pháo mừng xuân nghe lạt lẽo,
Buồn thay cái Tết nước người ta!

Lần này thêm con cháu từ xa lại, cái Tết ở nước người cũng ấm áp hơn. Ánh mắt ông cụ nhìn con cháu tràn đầy yêu thương. Tết năm đó, ông cụ chỉ có một niềm mong: làm sao cho các con biết thương quí nhau, đùm bọc nhau hơn, để cho cha mẹ khỏi chứng kiến những xung đột làm tan nát trái tim già.

Ngày vui chóng qua. Hôm trở về Virginia, tôi hứa năm nào cũng sẽ về ăn Tết với cha mẹ.

Và năm sau, Tết Bính Dần, 1986, tôi lại trở về Cali, với chồng tôi.

Ai ngờ đó là lần cuối gặp cha già.

Tôi còn nhớ, năm đó, thầy tôi theo vợ chồng cô Châu ra sân bay đón vợ chồng tôi. Ông cụ mặc một bộ sweat suit mầu xám nhạt, chân đi đôi giầy tennis đã cũ. Trông ông gầy và xanh xao, nhưng vẫn dáng trầm ngâm và ăn nói chậm rãi. Vẫn cái ống điếu trên môi thơm thuốc lá trộn rhum và mật ong. Trong cái vui gặp con, lâu lâu bất chợt lại có một cái nhìn xa vắng, y như tim và hồn phiêu diêu về chốn nào khác, không phải ở trần gian này. Năm nay trông ông tiều tụy hơn năm ngoái, lúc nào cũng húng hắng ho và khạc đờm. Răng vẫn triền miên đau, và mắt tuy đã mổ cataract, nhưng vẫn mờ.

Buổi tối ăn cơm xong, cụ thay áo, khoác một cái robe de chamber mầu xanh lá cây đã sờn, rồi cho tôi xem phim chưởng. Có vài cuốn phim, mà cứ xem đi xem lại hoài, đến nỗi cụ thuộc lầu. Bao nhiêu tình tiết éo le, được cụ phụ đề kể đi kể lại.

Thời gian sau này, thầy tôi ít ra ngoài, chỉ ở nhà quanh quẩn phụ mẹ tôi làm vườn, làm thơ tâm sự với cụ Lê văn Khải . Đặc biệt là những ngày cuối đời, thầy tôi săn sóc mẹ tôi từng tí một. Có những buổi sáng, cụ lui cui trong bếp chiên trứng, nướng bánh mì, rồi gọi mẹ tôi: Này bà, vào ăn sáng đi, tôi chiên trứng rồi. Ăn đi không nguội mất. Khi mẹ tôi làm vườn thì cụ hì hục cuốc đất để mẹ tôi trồng cây, rồi xách nước cho bà tưới... Hai cái bóng già cứ lẩn quẩn bên nhau, bám víu lấy nhau mà sống .

Năm đó, cũng như những năm qua, ông cụ nhất định giữ việc nấu bánh chưng ngoài trời. Bánh của mẹ tôi gói. Tết năm nay có thêm gia đình cô Bảo mới sang, chỉ còn thiếu hai cậu con trai. Cho nên vui là vui gượng kẻo là... Thầy tôi vẫn buồn... Hình như ông thấy thời gian không còn đủ để cho ông có thể lo cho vợ con được như xưa. Sức đã tàn, lực đã kiệt rồi! Cơ thể ông yếu đến thế nào, mỏi mệt đau đớn ra sao, tình trạng sức khoẻ nguy hiểm tới mức nào, không ai biết, ngay cả mẹ tôi, vì ông chả bao giờ than thở.

Trước khi tôi trở về Virginia, tôi nhắc lại lời hứa sẽ tới ăn Tết mỗi năm. Thầy tôi vui lắm, và yêu cầu tôi làm cho cụ một cái bánh quiche. Tôi làm hai cái cho cụ ăn dần. Trước khi chia tay, cụ còn cố dặn dò lần cuối: con giúp me lo cho em Hoàn.

Trên chuyến bay về Virginia, tôi bảo chồng tôi: sao năm nay thầy xấu sắc quá. Rồi lòng cứ bồn chồn không yên. Ngày 26 tháng 2, tôi nhận được bức thư cuối cùng của thầy tôi.

Ngày 9 tháng 3, chủ nhật thứ tư mùa chay, đi lễ đọc Phúc Âm về ngươi con hoang đàng.Tới đoạn: thưa cha, con đã phạm lỗi với Trời và với cha. Tôi buồn vô hạn. Người con trai bỏ nhà đi hoang, phá hết của cải cha cho, tới khi thân tàn ma dại trở về vẫn được cha mở rộng hai tay chờ đón. Người con hoang đàng còn được về lo cho cha trong những ngày tàn, còn tôi, tôi đã làm gì cho bố mẹ? Ngày nào còn là đại bàng vươn cánh che trở và dẫn dắt đàn con, đến khi gẫy cánh thì tổ ấm khi xưa tro tàn lửa tắt, cô đơn trong tấm thân đầy bệnh tật ở xứ lạ quê người.

Đêm ngày mùng 10 tháng 3, năm 1986, cô Châu gọi điện thoại từ Cali: Thầy mất rồi chi ạ! Trời ơi, sao thầy đi nhanh thế hả thầy? Mới đây mà, thầy còn ăn Tết với con! Bức thư thầy viết cho con, còn nóng hổi đây này, con đã trả lời đâu!

Gọi điện thoại báo tin cho chị Dung bên Pháp, cô Thừa ở Maryland, chị Nga, cô Thụy cô Mười ở Chicago... qua tiếng khóc. Những tiếng khóc cha, khóc anh, khóc chú, rung chuyển luồng sóng điện truyền qua bao đại dương!

Chắc ông cụ lúc đó ở dưới suối vàng tủm tỉm nghĩ thầm: chúng nó khóc mình mà cũng qua điện thoại!

Mười lăm năm qua, viết về người cha thâu yêu mà vẫn còn nhỏ lệ nhớ thương. Không biết mẹ tôi, trong những năm thiếu vắng người bạn đời, còn buồn đến thế nào?

Bây giờ cả thầy lẫn me đều an nghỉ cả rồi. Hai cụ đều bỏ đi sau khi ăn Tết với con cháu. Thầy tôi ngày 29 tháng giêng năm Bính Dần, me tôi ngày 26 tháng giêng năm Tân Tị .

Từ 1983 đến 2001, tôi đều đặn mỗi năm đi Cali, hết thăm cha đến mẹ.

Bây giờ... hết còn nơi chốn để về!

Hoa Thịnh Đốn 26/9/2001

BÁC BA ĐI NAM

Xe ngựa nhong nhong
Bác Ba đi Nam
Mua kẹo bống kẹo vừng
Cho chú Hùng ăn

Mỗi lần nhớ tới mấy câu hát nựng trẻ con này, tôi lại nhớ tới bên ngoại và tỉnh Ninh Bình, những ngày ấu thơ sống êm đềm ở đó với bà ngoại và các bác các dì.

Thuở ấy phương tiện di chuyển giữa các tỉnh chưa có xe buýt, đường xe lửa chưa tới những tỉnh nhỏ xíu như Ninh Bình, cho nên phải dùng xe ngựa, hay xe kéo, đi Nam, vì khoảng cách giữa hai tỉnh không xa lắm.

Nam đây là Nam Định, chứ không phải Nam Kỳ của miền Nam Việt Nam nước mình. Đó là một thành phố hạng trung ngoài Bắc, trên bờ sông Hồng, có nhiều khu phố buôn bán sầm uất, có bến nước tấp nập tầu bè từ khắp nơi tới đổ hàng, phân phối hàng đi các tỉnh nhỏ và làng mạc phụ cận.

Bà ngoại tôi có một cửa hàng tạp hóa bên phố chợ ở Ninh Bình. Bà Ba là bà trẻ của tôi. Bà Ba có nhiệm vụ phải đi Nam Định mỗi năm vài lần để mua hàng về bán lại cho dân tỉnh, và mỗi lần, bà đi bằng xe ngựa .

Ngày xưa, ông ngoại tôi, tên là Lê Đình Sán, đi thi Đình đỗ phó bảng , được bổ làm Đốc Học tỉnh Ninh Bình. Khi về hưu, ông mua một căn nhà ở phố chợ, giao khoán một số tiền cho mấy bà vợ làm ăn buôn bán , làm sao cho đủ nuôi đại gia đình thì làm... Rồi cụ rút lên ở một phòng rộng trên gác, có ban công nhìn ra đường , vui thú điền viên, đi mây về gió.

Tôi không được biết ông ngoại lúc sinh thời ra sao, vì khi ông qua đời thì mẹ tôi phải làm đám cưới chạy tang. Mẹ tôi phải về nhà chồng tận Hà Nội, xa lắc xa lơ. Lúc bấy giờ bà mới có mười chín tuổi, còn trẻ lắm. Lần đầu tiên xa nhà, chắc mẹ tôi lúc đó sợ hãi vô cùng. Bỗng nhiên bị bứt gốc tới một nơi lạ hoắc để sống vơi một gia đình đầy những người chưa bao giờ biết, ở với môt ông chồng chưa bao giờ gặp, cha chết không được tiễn đưa... mẹ tôi lúc đó chẳng khác gì một con chim lạc đàn, buồn xé ruột mà chẳng biết than thở cùng ai! Cũng may bà nội tôi rất hiền, nên mẹ tôi không phải chịu khổ sở trong cảnh sống mẹ chồng nàng dâu. Trái lại bà tôi rất khoan dung, và đã giúp mẹ tôi lớn lên và khôn ngoan hơn.

Khi chị em tôi sinh ra đời, thì ông ngoại không còn nữa. Trí nhớ duy nhất của tôi về ông là bức chân dung trong chiếc ảnh thờ, ông đội mũ cánh chuồn, tay cầm hốt , rất oai nghi.

Ông có ba bà vợ.

Bà cả là con gái một vị quan Ngự Sử. Bà hiếm muộn chỉ sinh được hai gái: bác Nghị Xương có con là chị Thiết và bác Cả Soạn có con là anh Lê Đình Lục.

Bà thứ thất, con gái nhà họ Nghiêm, sinh được bốn người con, ba gái, một trai:

- Bác Nhân là con gái lớn, chồng là Nguyễn Quý Hán, sinh được một gái hai trai (Nguyễn Bích Vân, Nguyễn Hải Bằng, Nguyễn Khánh Long)

-Kế đó là bác Lê Đình Nho, vợ là Tuyết, coi như con trai trưởng họ Lê Đình, có hai trai hai gái (Lê Đình Tuấn, Lê Đình Khôi, Lê Tuyết Trinh, Lê Tuyết Mai)

-Thứ ba là bác Sơn, chồng là Trần văn Sính, sinh được bốn trai, một gái (Trần Mộng Hải, Trần Quý Trung, Trần thị Loan, Trần văn Khang, Trần văn Dương)

-Mẹ tôi thứ tư là Lê thị Thạch, chồng là Lê văn Trí, sinh được bẩy con (Dung Nhan Hòan Hùng Tuấn Châu Bảo).

Chúng tôi chưa hề biết bà ngoại họ Nghiêm

ra sao, có lẽ cả mẹ tôi cũng thế. Nghe kể thì khi ông ngoại tôi đi Huế thi Đình, có gặp một ông họ Nghiêm. Trong khi trèo đèo lội suối cùng nhau , hai ông đàm luận văn chương, ngâm thơ vịnh phú rất tương đắc. Sau khi cả hai cùng chiếm bảng vàng, trên đường về, ông họ Nghiêm nhất định gả cô em gái cho ông họ Lê làm thứ thất. Nghe đâu bà được ông rất sủng ái, nhưng vắn số mất sớm, để lại đàn con cho bà cả nuôi nấng dậy dỗ.

Bà ba sinh được hai gái là cô Lê Hồng Nhung, sau đổi là Lê thị Thụy, và cô Lê thị Chín, ở nhà quen gọi là cô Mười. Ba Ba có sinh được một trai là cậu Tám, nhưng chẳng may cậu bị tai nạn qua đời từ năm mười một tuổi . Nghe đâu hôm đó cậu lên núi Thúy Sơn chơi, leo cây làm sao mà ngã từ trên cao xuống sông , rồi chết đuối. Thảm kịch này đã là một ám ảnh não nề cho cuộc đời bà Ba, đã sẵn vất vả, lại càng thêm buồn thảm. Khi lấy ông tôi, bà còn trẻ lắm, còn bà cả đã già, nên mọi việc trong ngoài, từ buôn bán đến chợ búa bếp núc đều do một tay bà gánh vác.

Ninh Bình là một tỉnh nhỏ hiền lành dễ thương, dựa bên núi Cánh Diều và Non Nước. Cảnh trí đúng là non xanh nước biếc. Mùa xuân, hoa đào nở đầy sườn núi, nhuộm hồng thung lũng có con sông đào chẩy ngang, đẹp đến nỗi khách qua đường tưởng như mính là Từ Thức lạc thiên thai. Có lẽ vì thế mà ông tôi chọn nơi này làm nơi di dưỡng tuổi già, chứ không về quê là làng Mọc ở Hà Đông chăng?

Khu buốn bán của tỉnh Ninh Bình gồm bốn dẫy phố bao quanh nhà chợ, tọa lạc ở trung tâm thành phố. Chợ hình vuông, có tường thấp bao quanh. Bốn phía có mở lối ra vào. Ống cống chạy dọc theo bờ tường, xây bằng xi măng và đào rất sâu. Ngồi ở cửa hàng nhà, có thể nhìn thấy chợ bên kia, lúc nào cũng ồn ào nhộn nhịp và đầy mầu sắc.

Cửa hàng của bà tôi là một cửa hàng tạp hóa, bán thượng vàng hạ cám, từ gạo đậu đường muối dầu ăn dầu thắp cho tới mấy món quà vặt như kẹo bột kẹo vừng, chè lam, đường phèn, ô mai... Dọc hai bên tường là hai dẫy tủ kính cao tới trần nhà, chứa đầy vật dụng thờ cúng như hương nến, kim tiền, vàng mã, quần áo giấy cho tang ma và giỗ tết. Sát tủ kính bên tay phải là một phản gỗ cao. Bà tôi hàng ngày ngồi đó, nhai trầu bỏm bẻm, vừa để mắt coi hàng vừa sai bảo con cháu làm việc nhà. Cái phản gỗ này cũng là chỗ cả nhà ngồi ăn cơm và cũng là chỗ ngủ khi tối đến. Tôi còn nhớ trên cái phản này có một hòm nhỏ bằng gỗ nâu láng. Mặt hòm rạch một lỗ thủng dài để bỏ tiền khi có khách mua hàng . Cái hòm này là ghế của riêng tôi, vào mỗi bữa ăn. Ngồi cao chênh vênh trên hòm như bà chúa con, vừa ăn vừa nhìn ra đường xem người qua lại, chưa bao giờ tôi lại có cảm tưởng vui thú như lúc đó.

Khi chúng tôi còn bé, vài năm một lần, vào dịp hè hay nghỉ lễ, me tôi lại cho chị em tôi về thăm bà ngoại, lần nào cũng ở cả tháng. Lúc đó, nhà Ninh Bình bắt đầu vắng, chỉ còn bà , bác ba và hai cô Thụy

Mười. Bác Nho, ông con trai độc nhất, sau khi học ở Pháp về, cũng không sống ở tỉnh nhà, mà làm việc cho nhà Đoan ở Hà Nôi. Bác ăn lương tây, rất nhiều tiền, nên nếp sống rất phong lưu cảnh giả. Còn bác Cả Soạn thì vất vả, góa chồng sớm, lúc ở chùa Mía, lúc thì đi buôn ở tận đâu đâu. Thỉnh thoảng bác về, thì cả nhà vui như tết. Nhà toàn người lớn, cho nên khi tụi nhóc chúng tôi tới là được chiều chuộng hết mực! Muốn ăn gì cũng có. Kẹo bánh ở cửa hàng ê hề, được ăn thả cửa, hết đường phèn lại đến ô mai. Thích nhất là mơ phơi chưa khô, hãy còn tai tái, cắn vào thịt mơ vàng rợi vừa ngọt vừa chua lại dai dai, thật là tuyệt hảo! Hàng năm, đến mùa mơ chin, là bác Ba đi mua sọt lớn sọt nhỏ mơ tươi mang về rửa sạch , ướp muối rồi phơi khô. Bác thường phơi luôn ở hè đường trước nhà. Chờ đến khô thật khô, mơ thành ô mai, bác đổ chúng vào những lu thật to , cất trong nhà kho để bán dần. Nhà kho của bác lúc nào cũng khóa, nên trẻ con cũng khó ăn vụng lắm!

Ninh Bình là thiên đàng của tuổi thơ tuyệt diệu, kho tàng Ali BaBa tràn ngập quà bánh và truyện cổ tích. Có những trưa hè, tỉnh dậy từ giấc ngủ ngày trên chiếc chiếu hoa, trải bên cạnh cửa thông vào hành lang dẫn tới nhà sau, tôi mở mắt ra là đã thấy ngay bên cạnh, lúc thì con cua bể luộc đỏ au, lúc thì bánh giò bánh ít, trái cây thơm ngọt...

Ban ngày ăn uống phủ phê, hết quà vặt lại tới những bữa cơm hàng ngày của bác Ba, thanh đạm mà ngon. Buổi tối lên giường nằm sẵn, chờ cô Mười hay bác Cả kể truyện đời xưa. Bác Cả có nguyên một kho truyện tếu về mấy ông phú hộ, bác vừa kể vừa cười ha hả. Cô Mười thì toàn truyện thần tiên, trẻ con nghe mê man không chán. Khi nào túi truyện của cô cạn, thì cô bịa ra những truyện khác, có khi còn hoang đường và hấp dẫn hơn cả truyện trong sách!

Thời gian chúng tôi ở Ninh Bình lâu nhất là lúc chạy bom Mỹ.

Năm đó là năm 1944. Thầy tôi lúc bấy giờ đang làm lieutenant medecin cho quân đội Pháp. Me tôi có mang cậu Tuấn, gần đến lúc sinh. Lúc đó gia đình tôi đang ở phố Charron, đằng sau nhà Diêm, gần phố Huế, Hà Nội .

Thế giới chiến tranh thứ hai (1939-45) đã đưa quân phát xít Nhật tràn vào khắp Đông Nam Á, vào cả Việt Nam nhỏ bé. Những trận oanh tạc của quân Đồng Minh, nhất là của quân đội Mỹ, đã làm dân chúng sống trong các tỉnh lớn hoang mang lo sợ. Các trường ở Hà Nội phải tản đi Hà Đông hay các làng lân cận khác. Nhiều gia đình lo đưa vợ con đi tránh bom ở những tỉnh nhỏ xa hơn, như gia đình tôi chẳng hạn. Vào một đêm không trăng, chúng tôi bốn đứa Dung Nhan Hoàn Hùng, cùng me tôi, âm thầm về Ninh Bình trong một xe nhà binh bít bùng.

Chị Dung lúc đó 12 tuổi, học lớp Moyen II, tôi lên mười học lớp Élémentaire. Cô Hoàn lên bốn, Hùng lên hai. Hai đứa bé đang tuổi bắt đầu biết nói biết đi, lại trắng trẻo mũm mĩm dễ yêu, nên các bà các cô đều mê lăn, xúm lại cưng chiều . Trẻ con lại ưa ngọt, nên anh chàng Hùng ta được ăn đường phèn mệt nghỉ, cứ líu lo gọi món đó là kẹo bống. Mỗi khi nó khóc là mọi người dỗ: ngoan rồi bác Ba đi Nam mua kẹo bống cho chú Hùng ăn... Nói hoài thành bài hát ru cho thằng bé ngủ !

Me tôi sinh Tuấn ở đó. Ít lâu sau me tôi về Hà Nội, mang theo Hùng Hoàn Tuấn, để lại chị Dung và tôi cho đến hết năm học.

Hè năm đó tôi đỗ được cái bằng Sơ Học Yếu Lược, tuy cũng chẳng nhớ là có học hành gì không?! Chương trình lúc đó nửa tây nửa ta. Lên lớp Moyen I là bắt đầu phải làm Toán bằng tiếng Pháp . Lớp Élementaire của tôi cũng đã có lecture và dictée bằng tiếng Pháp rồi. Thế giới của tuổi thơ thời đó không hoàn toàn tươi đẹp vô tư, đã có những vụ lớn hiếp nhỏ, cậy quyền thế và phân chia giai cấp. Con bà giáo tự phụ là có mẹ thống trị lũ nhóc bạn, làm bộ làm tịch, mặt cứ vác lên trời. Còn con cụ Tuần thì oai nữa, ngay cả bà giáo cũng phải đặc biệt o bế. Thời đó Bắc Kỳ hãy còn thuộc quyền bảo hộ của Pháp. Ông Công Sứ Pháp và quan tuần phủ Việt là hai chức vụ lớn nhất tỉnh, nắm quyền cai trị dân. Mỗi lần thấy các cô con cụ tuần ngồi xe kéo đi ngang phố, quần là áo lượt, ai cũng trầm trồ suýt soa, y như thấy vua thấy chúa.

Cô Mười lúc đó mới mười sáu, đã học xong lớp nhất và có bằng tiểu học. Cô nổi tiếng học giỏi. Tôi còn nhớ cô làm những bài luận bằng tiếng Pháp thật hay, dài tới bốn trang. Chỉ tiếc là nhà nghèo, nên cô không được lên Hà Nội vào trường Đồng Khánh học tiếp, trong khi bạn thân của cô là con cụ tuần học kém hơn, nhưng có tiền và thần thế, lại được lên trung học.

Ơ Ninh Bình, nhà bà ngoại tôi toàn là đàn bà. Người nào cũng được đi học, nhưng chỉ học tới lớp nhất, thi đậu xong bằng Tiểu học là phải ở nhà. Một lũ con gái ở không như vậy mà bà tôi không bắt tập làm cơm hay khâu vá thêu thùa gì ráo trọi, chỉ suốt ngày xem truyện! Thành ra mọi việc bác Ba đều phải quán xuyến cả !

Bằng Tiểu Học ngày xưa trình độ khá cao. Tiếng Pháp đủ để đọc viết. Có thể dùng bằng này để xin dậy học tại các trường tiễu học, như bác Nhân đã làm một thời gian trước khi lấy chồng. Chỉ có bác Nho là con trai được học tới nơi tới chốn. Xong tú tài, ông được học bổng đi Pháp, đỗ cử nhân Luật rồi về nước làm cho nhà Đoan, ăn lương tây rất nhiều tiền. Ông sống rất phong lưu, nổi tiếng ăn chơi. Vì là con trai độc nhất, mỗi lần ông về thăm nhà là cả nhà mừng rỡ xôn xao, xúm lại chiều chuộng phục vụ, chẳng khác gì một ông vua nhỏ. Ông lúc nào cũng ăn mặc lịch sự chỉnh tề. Các cháu đứa nào cũng sợ ông một phép, vì ông rất nghiêm khắc.

Năm 1944, cô Thụy đã có cửa hàng bán len và đan len. Cô xinh đẹp, tháo vát, vui vẻ và hay nói, ưa tự lập, thích văn chương thi phú. Nhờ cô , tôi mới biết được thơ Xuân Diệu và Huy Cận. Lúc bấy giờ nhiều người hâm mộ cô lắm, nhưng cô chẳng thích ai! Còn cô Mười thì trầm lặng hơn, mơ mộng và hơi nhút nhát. Tuy vậy cô Mười lại nhiều bạn hơn cô Thụy. Không được đi Hà Nội học tiếp, chả có việc gì làm, cô, chi Dung và tôi cứ dắt nhau đi chơi lang thang. Hết leo núi Non Nước xem vết chân khổng lồ mà người ta đoán là của Phù Đổng Thiên Vương, lại hẹn hò họp bạn ăn uống. Tôi nhỏ nhất hay bị sai đi mua ngô nướng hay sắn luộc để các cô làm tiệc. Tôi cũng có nhiệm vụ giữ xe cho các cô tập xe đạp. Thường là tập vào buổi tối dưới ánh đèn đường hay ánh trăng. Có khi phải chạy theo xe các cô đến tận núi Thúy Sơn. Ngoài việc ăn uống và tập xe đạp, chúng tôi còn giải trí khác là tập hát. Thời đó thịnh hành những bài hát kích thích lòng yêu nước như Bạch Đằng Giang, Thăng Long thành, Hai bà Trưng, sự tích vua Đinh Tiên Hoàng ở đất Hoa Lư, v.v. . đến bây giờ tôi vẫn chưa quên. Nhưng cái thú cô cháu tôi mê nhất vẫn là đọc truyện. Hình như đó là bệnh của họ Lê. Lần đầu tiên tôi làm quen với truyện kiếm hiệp là ở Ninh Bình. Đó là quyển Hoàng Giang nữ hiệp với đôi bạn Ngọc Cầm Kiếm Thu. Nhà bà ngoại tôi có một căn gác bỏ hoang ở phía sau, có cầu thang riêng, lúc nào cũng đóng cửa im ỉm. Đó là một phòng rộng , chứa các đồ cũ không dùng đến. Đồ đạc vỏn vẹn một cái giường và một kệ sách đầy bụi. Tôi hay trốn trong đó, lục lọi tìm đồ chơi hay sách truyện để xem, tình cờ khám phá ra kho sách của Tự Lực Văn Đoàn. Đấy là lần đầu tôi biết Khái Hưng, Nhất Linh, Thế Lữ, Hoàng Đạo...

Nhà Ninh Bình khá rộng. Đằng trước là một phòng lớn làm cửa hàng, có hai cửa mở vào phía trong. Cửa bên phải vào phòng bà ngoại. Đồ đạc gồm một cái giường kê cạnh cửa sổ, đối diện là một bàn nhỏ cẩn xà cừ với hai cái ghế để tiếp khách. Cầu thang đưa lên gác ở cuối phòng. Cửa bên trái từ cửa hàng thông ra một lối đi lộ thiên dẫn vào một căn phòng tối thui, một phần quây lại làm nhà kho. Phòng bà tôi cũng có cửa thông vào căn đó, nhưng cách nhau bởi một sân nhỏ, có bể chứa nước và kệ rửa mặt .

Căn phòng tối thui này đưa tới bếp. Nhà này thót hậu, nên cái bếp như cái ống, hẹp chiều ngang và rất dài. Sau bếp là nhà tắm, nhà củi, rồi sau cùng mới tới cầu tiêu nhìn ra một bãi đất hoang. Tôi không nhớ nhà có cửa sau không, mà cứ mỗi sáng đang ngủ thì lại phải mở cửa đằng trước cho người ta đổ thùng. Gánh phân đi qua suốt nhà, mùi hôi thối thật là kinh khủng!

Từ cầu thang phòng bà lên, là phòng cô Thụy. Phía tay phải có cửa thông với phòng ngoài rất rộng, có ban công nhìn ra phố chợ. Phòng này rất thoáng mát, có cửa sổ hai bên. Tôi đoán ngày xưa ông ngoại tôi ở đây . Bây giờ dùng làm phòng thờ cúng tổ tiên. Ngoài bàn thờ, đồ đạc chỉ có một cái giường . Lâu lâu con bác Cả là anh Lục từ Hà Nội về, thì mới có bóng người. Phía tay trái phòng cô

Thụy là cửa đưa ra hành lang dẫn tới căn gác bỏ hoang bên trong.

Nhà rộng như vậy mà không hiểu tại sao mọi người cứ xúm xít ở dưới nhà? Riêng cái phản ngoài cửa hàng, có đến bốn người nằm ngủ là bác Ba, cô Mười, chị Dung và tôi! Bà ngoại nằm một mình ở phòng trong. Thỉnh thoảng bác Cả về thì nằm với bà.

Nói đến bác Cả là nói đến chùa Mía. Bác rất thân với mấy sư cô chùa này. Ngoài những lúc đi buôn bán xa, bác hầu như ở đấy quanh năm. Mỗi lần về thăm nhà là có một ni cô gánh hộ cho bác một gánh quà. Chùa này có nhiều cây ăn trái, nên bác mang về đủ loại trái tươi lẫn khô. Bác ở nhà là cả nhà vui như Tết, xúm lại nghe bác kể chuyện lạ đường xa. chuyện tiếu lâm cười bể bụng.

Sự hiện diện của bác Cả, lúc vui lúc buồn, đều ồn ào chóng qua. Khác hẳn sự trầm lặng khiêm nhường của bác Ba . một tay thu vén công việc trong ngoài, cực nhọc đến đâu , nào ai có biết? Ôi, những bữa cơm thanh đạm mà ngon tuyệt vời của bác, những săn sóc âu yếm bác dành cho lũ cháu, sao mà quên được!

Năm 1944 là năm cuối cùng tôi được ở Ninh Bình, trong căn nhà đầy kỷ niệm này.

Năm 1946, khi tản cư qua đó, tỉnh xưa chỉ còn là một đống gạch vụn, theo chiến dịch vườn không nhà trống của Cộng sản.

Thật đúng như bà huyện Thanh Quan đã ngậm ngùi than:

Tạo hóa gây chi cuộc hý trường?
Đến nay thấm thoắt mấy tang thương!
Dấu xưa xe ngựa hồn thu thảo,
Nền cũ lâu đài bóng tịch dương!

Bà ngoại tôi mất ở Hải Phòng năm 1952.

Còn bác Ba phải trải qua cuộc di cư vào Nam năm 1954, với bao nhiêu khó khăn lúc đầu lập nghiệp, nhưng sau đó cũng đã có một thời gian sung sướng hạnh phúc.

Chỉ kinh khủng nhất là cuộc di tản sang Mỹ khi Cộng Sản chiếm đóng miền Nam năm 1975! Đất lạ quê người, tiếng tăm lạ hoắc, tự nhiên bị bứt rễ khỏi quê hương yêu dấu thân quen, chỉ những sợ và nhớ thương day dứt cũng đủ chết nửa cõi lòng!

Chắc có nhiều lúc bác mộng thấy tiếng xe ngựa lọc cọc đưa bác đi Nam, tiếng chuông chùa vọng đâu đây trên miền đất Hoa Lư cỏ lau chất ngất, để quên thực tại cô đơn lạc lõng của cuộc sống lưu vong sống gửi chết nhờ

Bác chỉ sống được một năm ở Mỹ.

Bác mất năm 1976, ở Chicago.

Hoa Thịnh Đốn, tháng 2 năm 1998

GIA ĐÌNH BÊN NỘI

Từ lâu, tôi vẫn biết là tôi không có quê nội để về. Tôi vẫn biết là tổ tiên của tôi từ miền Trung tới, nhưng từ làng nào, tỉnh nào ở nơi xa xôi đó, nơi có dẫy Trường Sơn hiểm trở, trùng điệp trải dài ngăn cách Bắc Nam, thì không ai biết! Gia phả bị mất khi tản cư vì chiến tranh Việt Pháp năm 1946-54, nên chỉ biết nguyên gốc là họ Ngô. Vì lý do gì các cụ phải bỏ quê mà đi, đổi tên đổi họ, hãy còn là một bí ẩn đối với con cháu họ Ngô.

Lúc tôi còn bé tí xíu, tôi đã biết là tôi họ Ngô, vì mỗi lần giỗ Tết, nhất là lễ rằm tháng bẩy, tháng bẩy ngày rằm xá tội vong nhân, thì các ông thầy cúng lại ê a đọc tên tôi là Ngô thị Mỹ Nhan. Mỗi năm một lần, các vong hồn tổ tiên, cũng như các linh hồn hiện còn đi hoang, lang thang đói rách bên ngoài, đều được tất cả bàn dân thiên hạ cúng cho chóng được siêu thoát. Bàn thờ bao giờ cũng đặt ở ngoài trời. Thức ăn cúng thường là hoa quả, phẩm oản đủ mầu xanh đỏ tím vàng, cơm và xôi trắng nắm nhỏ bằng hai ngón tay, bánh tro mật trong vắt như hổ phách. Cúng xong, chẳng biết các vong hồn có được no nê và đại xá để đi đầu thai cho kiếp khác không, nhưng trẻ con thì được một bữa phủ phê.

Theo như người lớn kể lại, thì ông nội tôi được cụ nội tổ dắt ra Bắc lúc ông tôi 11 tuổi. Như vậy, có thể đoán là gia đình bên nội của tôi lập nghiệp ở Bắc Hà vào khoảng giữa hay cuối thế kỷ thứ mười chin. Cụ nội tổ, mà mọi người quen gọi là cụ Quyền (không hiểu là tên hay chức vụ?), khi rời quê ở miền Trung ra đất Thăng Long, đã tới làng Thịnh Hào mua đất để xây nhà, lập vườn. Nơi đây, cậu bé là ông tôi đã lớn lên, lấy vợ, sinh ra thế hệ thứ ba là các bác và thầy tôi. Rồi đến lượt các bác và thầy tôi trưởng thành, lập gia đình, sống những ngày êm đềm ở căn nhà này, chia vui xẻ buồn với nhau trong sinh hoạt chung của đại gia đình.

Sau cùng, thế hệ thứ tư, tức là chúng tôi, ra đời.

Cái cây trồng từ thế kỷ thứ mười chin đã trổ cành lá xum xuê, bén rễ, trụ gốc.

Mỗi lần về bên nội là thầy me tôi, cũng như tất cả mọi người, đều nói là về Thịnh Hào. Thịnh Hào mặc nhiên trở thành quê nội của mấy thế hệ sau này.

Con người, cũng như nơi ăn chốn ở, dù muốn dù không, vẫn phải theo thời gian, vận nước và phận người mà thay đổi biến hóa không ngừng. Cho nên, những gì tôi nhớ và viết lại bây giờ về căn nhà Thịnh Hào, chỉ là những hình ảnh đã ghi sâu trong trí óc của một con bé lên mười, mười một tuổi, vào những năm 1945, 46...

Vào thời điểm đó, căn nhà xưa hãy còn là một trang trại tuy không lớn lắm, nhưng bề thế oai nghi, kín cổng cao tường. Mặt sau xây lưng vào làng Thịnh Hào, mặt trước nhìn ra phố hàng Bột, có số nhà là 200. Cổng vào nhà vững chãi như cổng thành, xây kiên cố vuông vắn, trên có nóc phẳng bằng xi măng, có lan can bao quanh như cái ban công. Trước nhà có một bãi đất trống rất rộng, có đường tầu điện chạy ngang. Đường xe điện này từ phía Quốc Tử Giám xuống, qua Ngã Tư Sở, Ô Cầu Giấy, Thái Hà Ấp, gò Đống Đa, rồi đi tiếp đến tận Hà Đông. Bên kia đường là một dẫy cửa hàng buôn bán nhỏ, hàng hóa lèo tèo, sinh hoạt ngoại ô uể oải và nghèo nàn.

Gọi là trang trại, vì vườn trước vườn sau rất rộng, phía tay phải có ao có giếng suốt chiều dài dinh cơ.

Bên trong có hai dẫy nhà.

Nhà dưới một gian hai trái, được ngăn ra bằng những cột gỗ lim. Trên mỗi cột có treo những câu đối viết trên nền gỗ sơn, nâu hay đen. Gian giữa kê một tủ thờ hay tủ chè (?), tôi không nhớ rõ lắm, và một bộ bàn ăn. Hai gian bên mỗi góc có một cái giường, ở giữa là tủ đựng quần áo. Hàng hiên trước nhà có mái che rất rộng, làm nơi để xe kéo và xe đạp.

Nhà trên cách nhà dưới bằng một lối đi rộng chừng một thước . Gọi là nhà trên, ví xây trên nền cao, phải bước lên bốn năm bậc mới tới cái hành lang chạy suốt chiều dài căn nhà. Căn này có bốn phòng. Ngoài cùng bên phải là phòng khách , khá rộng, bầy biện nửa cũ nửa mới, gồm một cái sập kê sát tường bên trong, ngoài là bộ bốn ghế bành dọc hai bên tường. Kế đó là phòng thờ tổ tiên, nhỏ hơn, chỉ đủ kê một tủ thờ sơn son thiếp vàng và một sập gụ trạm trổ rồng phượng. Tủ thờ này rất lớn, chiếm gần hết chiều ngang căn phòng. Phía trước tủ được phủ một tấm màn đỏ buộc vắt sang hai bên, để lộ ra giữa mặt tủ một đỉnh đồng và hai lọ hoa cũng bằng đồng vàng chói . Bài vị và hình ảnh tổ tiên từ bao nhiêu đời được chưng trên đó để con cháu cúng giỗ mỗi năm và trong dịp tết. Gầm tủ khá cao, nên lúc nhỏ tôi hay chui vào đây trốn, hoặc chơi làm nhà với mấy cái rương đựng quần áo cũ và mớ đồ đạc không dùng tới của bà tôi. Cạnh đó là phòng bác Đạo , ở giữa phòng thờ tổ tiên và phòng thờ Phật . Phòng thờ Phật có cửa sổ mở ra đường làng, từ cửa phòng bác Đạo phải bước xuống một bậc, có cửa riêng ra khu vườn ngang hông nhà dưới, đối diện với miếu thờ thần Hổ.

Nhà của bác trưởng Vịnh được xây ở góc vườn bên phải, nhìn ra đường hàng Bột, có cửa riêng đi ra phố. Nhà này có hai phòng xinh xắn làm theo lối mới, hình như để cho hai con bác là anh Ngâm chị

Nga có chỗ từ Hải Phòng về Hà Nội học.

Ông nội tôi tên là Lê văn Lan. Sinh thời làm công chức cho chính phủ bảo hộ Pháp, với chức vụ thông dịch viên, nên thường được gọi là cụ phán Lan. Ông tôi dáng cao và gầy, nét mặt khắc khổ và nghiêm nghị. Bà tôi trái lại thấp nhỏ tròn trịa, phúc hậu hiền từ. Bà là người làng Quảng Bị, huyện Chương Mỹ, tỉnh Hà Đông.

Ông bà tôi sinh ra được năm trai, một gái.

Chú út là Lê văn Thông, sau khi tốt nghiệp kỹ sư thì chết vì bệnh lao. Sau này chỉ còn lại bốn người con trai là bác trưởng Lê văn Vịnh, bác hai Lê văn Phụng, bác ba Lê văn Triền, thầy tôi thứ tư Lê văn Trí, và bác Lê thị Đạo, lớn hơn thầy tôi một tuổi.

Bác trưởng Vịnh có hai người con là anh Ngâm chi Nga.

Bác hai Phụng đông con nhất nhà, có tám anh chị: anh Tụng, anh Nam, anh Vị, chị Loan, chị Vân, chị Thúy, anh Ninh, chị Yến.

Bác ba Triền có hai đời vợ, nhưng hiếm hoi không có con. Đời vợ thứ nhất nuôi một con trai tên là Việt, đời thứ hai nuôi con gái riêng của vợ là Bảo.

Thầy tôi, ở nhà thường gọi là chú tư, có bẩy đứa chúng tôi: chị Dung, tôi là Nhan, cô Hoàn, cậu Hùng, cậu Tuấn, cô Châu, cô Bảo.

Bác Đạo không lấy chồng, sống rất phóng

khoáng, lấy thơ phú đàn địch, tổ tôm mạt chược làm vui. Tính bác hào sảng như đàn ông, và cũng nóng nẩy khảng khái y như cậu em là thầy tôi.

Các bác và thầy tôi đều được học hành đỗ đạt nên người. Bác Vịnh làm tham sự lục lộ, bác Phụng làm nghề thú y, bác Triền và thầy tôi làm nghề y sĩ. Với số lương khiêm tốn của một ông phán, ông bà tôi nuôi con được thành đạt như vậy, công lao hy sinh không phải là nhỏ. Bác Vịnh là anh cả, khi tốt nghiệp xong, bắt đầu đi làm, cũng có công giúp đỡ cha mẹ nuôi các em ăn học.

Những kỷ niệm của tôi về căn nhà Thịnh Hào, cũng như về ông bà nội, thật ra không nhiều lắm. Vì trong suốt khoảng thời gian, từ lúc tôi sinh ra đời trong căn nhà này, cho đến khi tôi lên mười, gia đình tôi không bao giờ ở yên một chỗ! Khi mẹ tôi lấy chồng năm 1930, đám cưới của bà là đám cưới chạy tang, vì lúc đó ông ngoại tôi qua đời. Về làm dâu lúc chồng hãy còn đi học, mẹ tôi may mắn có bà mẹ chồng thật hiền từ, không bao giờ chê trách những vụng về của con dâu trong việc bếp núc hay khâu vá thêu thùa. Khi thầy tôi tốt nghiệp trường thuốc Hà Nội, ông được bổ đi làm ở Nam định. Lúc đó mẹ tôi đã có chị Dung và tôi. Tôi nhớ mang máng (có thể nghe mọi người kể?) là gia đình tôi ở thuê một căn gác, dưới nhà là một tiệm khiêu vũ. Mỗi lần cô Mười theo bác ba từ Ninh Bình lên chơi, hay mua hàng, ba đứa chúng tôi lại lén lút trốn sau tấm màn nhung đỏ, nhìn trôm những người đàn ông đàn bà đang ôm nhau nhẩy nhót. Trong trí óc non nớt của chúng tôi lúc đó, cảnh này thật là tột cùng của ăn chơi . Thầy me tôi lúc đó nghèo lắm, lương y sĩ mới ra trường chẳng được bao nhiêu, lúc nào cũng thiếu hụt. Mẹ tôi kể , mỗi lần ông nội đến thăm, bà lại phải đi vay biếu cụ tiền tầu về Hà Nội.

Năm tôi ba tuổi thì thầy tôi phải đổi lên Sơn La, tít trên mạn ngược. Nơi đây, chúng tôi được ở một biệt thự khang trang trên một ngọn đồi. Đằng trước là vườn hoa. Đàng sau dưới chân đồi là vườn rau được chăm sóc bởi mấy người tù. Thời kỳ này, gia đình tôi có vẻ sống thoải mái dư dả hơn lúc ở Nam Định. Thầy me tôi bắt đầu được hưởng những thú vui như họp bạn ăn uống, đi săn, cưỡi ngựa xuyên rừng đi thăm mấy làng Thái trắng Thái đen, mang theo cả chị Dung và tôi. Tuy mới lên ba, nhưng tôi hãy còn nhớ lờ mờ những nhà sàn bằng mây lên nước bóng láng, và rừng già thơm nức mùi ổi chín. Tối nhớ những mẻ bánh biscuit mẹ tôi nướng thơm phức mùi bơ, lạp xường nướng trên bếp cồn béo ngậy đậm đà ăn với bánh tây (bánh mì) vào những tối muà đông lạnh lẽo. Thuở ấy mẹ tôi đã có áo manteau cổ lông thú, sang trọng như những bà đầm ở nước Pháp văn minh xa xôi. Em Dũng tôi được sinh ra ở đây, nhưng khi thầy tôi phải đổi đi Đáp cầu thì em mất ở đó. Người ta bảo có lẽ thầy tôi đi săn, chót bắn chết hai con voi mẹ và con, nên bị báo oán?!

Kỷ niệm ở Đáp Cầu khi tôi lên bẩy là đi học với

chị Dung mà chuyên môn chị Dung bị đánh đòn vì tội lười học của tôi! Tôi không thể hiểu được cái phương pháp sư phạm kỳ cục của bà giáo này Không bị phạt, tôi lười vẫn hoàn lười, trong khi chị Dung, một con bé mới chin tuổi, vẫn cứ bị đòn vì tội không dậy được em! Nhà Đáp Cầu có một vườn nhãn rất ngon, loại nhãn lồng cùi dầy hột nhỏ, ngọt và thơm. Ăn không hết, me tôi bán bớt cho những người buôn lẻ ngoài chợ. Đáp Cầu cũng là nơi chấm dứt giai đoạn vàng son một thời làm út của tôi, vì tội có thêm em là cô Hoàn.

Sau đó gia đình tôi về lại Hà Nội, vì thầy tôi bị quân đội Pháp động viên, năm 1941, khi đại chiến thế giới thứ hai bước vào thời kỳ khốc liệt.

Tiếp đó là những ngày tránh bom Mỹ ở Ninh Bình và Hà Đông.

Những khoảng trống giữa các di chuyển đó, gia đình tôi lại về Thịnh Hào. Căn nhà tổ tiên này lúc nào cũng bao dung mở rộng tay đón con cháu trở về. Vì không bao giờ ở đó được lâu, nên trí nhớ của tôi chỉ có những hình ảnh lẻ tẻ, nhưng rất đậm nét, về một vài sự việc tôi đã sống. Chẳng hạn tôi nhớ khi tôi lên năm,chắc là thời gian sau khi ở Sơn La, chị Dung và tôi đi học trường Primprenelle. Chị học lớp Préparatoire, em học Enfantin, nhưng không hiểu sao họ cho hai chị em ngồi cùng một lớp. Có lẽ tại tôi sợ hay tôi hay khóc?! Ngày nào chúng tôi cũng ngồi xe kéo đi học, từ Thịnh Hào lên tận Cửa Nam. Một hôm xe bị tùng bê, lật ngửa ra đằng sau, càng xe chổng lên trời. Tuy chẳng bể đầu bể tai gì, tôi vẫn ăn vạ, khóc om xòm, nhất định không đi học. Me tôi phải đền cho tôi đi chơi phố!

Theo mẹ tôi kể, lúc nhỏ tôi ốm yếu lắm, chẳng khác gì một con mèo ướt. Có lẽ vì thế mà khó tính khó nết, hay quấy hay khóc? Khi ông bà tôi còn sống, tôi hay bị ông lấy quạt đét đít. Mỗi lần như vậy là bà nội cõng tôi chạy trốn. Đến khi ông tôi mất rồi, lâu lâu tôi vẫn còn nằm mê thấy ông cầm quạt đi tìm con bé hư. Tôi không nằm mơ thấy bà bao giờ, nhưng tôi có nhiều kỷ niệm êm đềm về bà. Bà tôi hiền thật hiền. Cô tôi, bà Thừa, có kể là ngày xưa bà làm dâu khổ lắm. Bà cụ Quyền là mẹ ghẻ của ông tôi rất độc ác, hành hạ bà tôi đủ điều. Thế mà bà vẫn một mực cung kính, hầu hạ săn sóc mẹ chồng lúc đó đã mù loà. Tôi nhớ mỗi sáng, khi bà tụng kinh niệm Phật, bà lại cho tôi ngồi cạnh đánh chuông gõ mõ. Thỉnh thoảng hai bà cháu lại hái hoa cúng ngoài vườn, phần nhiều lúc trời còn mờ sương. Vườn của ông bà có những bụi ngâu, hoa từng chùm nhỏ li ti hột vàng, hay mẫu đơn tròn như cái bát mầu đỏ xẫm.

Mỗi khi ra hái hoa với bà, tôi lại ngẩn ngơ ngắm những giọt sương đêm còn đọng trên hoa lá, trong suốt như những viên kim cương. Hoa cúng thời đó bao giờ cũng để trên đĩa. Nếu mua ngoài chợ thì hoa được cắt ngán, gói trong lá chuối, để hở ra một chút để người mua biết là loại hoa nào. Những ngày lễ lớn , bao giờ cũng có hoa huệ trắng cắm trong lọ sứ.

Lớn lên chút nữa, khi bắt đầu biết đọc biết viết , là tôi bắt đầu mê đọc truyện. Tôi hay lên nhà anh Ngâm chi Nga để nghiền bất cứ thứ gì, Tiểu Thuyết Thứ Bẩy, Nam Phong, Ngày Nay.v.v. chất đầy gầm giường chi Nga. Khác với những phản gỗ cứng chúng tôi thường nằm, giường chi Nga có nệm lò xo mềm và êm. Chi Dung và tôi hay đến nằm đu đưa ở đấy với chi, nghe chị kể truyện phim ciné. Sợ nhất là phim Người Sáp, rùng rợn đến nỗi cả đêm không ngủ được. Còn anh Ngâm thì có cả một tủ truyện rất quí, trong đó có Tự Lực Văn Đoàn. Quyển nào cũng bọc da, gáy mạ vàng. Tủ lúc nào cũng khóa. Đứa nào muốn mượn xem phải ngồi ngay đó mà đọc, rồi phải trả anh tận tay. Lúc đó hình như anh đã có vợ rồi, và đã có con, nhưng chưa học xong, nên để vợ con ở Hải Phòng với hai bác, lên Hà Nội học tiếp.

Lúc đó bác hai Phụng ở Kiến An, bác ba Triền ở Việt Trì, nên nhà trên nhà dưới chỉ có ông bà, bác Đạo và gia đình tôi.

Bác Đạo rất khéo thêu thùa may vá. Bác kiếm tiền thêm bằng nghề thêu cườm, nên có tiền ăn quà rả rich. Mẹ tôi lúc mới về nhà chồng, cũng học bác nghề này để kiếm chút tiền tiêu. Tôi không bao giờ quên được những cái ví cườm xinh đẹp của bàc, những hạt cườm nhỏ li ti được tỉ mỉ thêu trên mặt vải thành những hoa đỏ lá xanh, nổi bật trên nền cườm óng ánh ngà. Mấy đứa cháu gái đứa nào cũng mộng có một ngày nào đó được thừa hưởng một trong những công trình tuyệt diệu này.

Bác Đạo thích làm thơ, nên hay xướng họa với thầy tôi. Bác cũng hay gẩy đàn tranh cho thầy tôi nghêu ngao hát theo, những bài cổ xưa theo điệu bình bán. Tôi nhớ mang máng thầy tôi hay hát bài này:

Tang bồng thật chí trai,
Chốn vũ đài mau bước sánh vai.
Ngày xuân xanh chớ nên dông dài,
Kém tài anh em, miệng thế chê bai.

Hồng nhan đa truân, bác tôi cầm kỳ thi họa đủ cả, nhan sắc tuy không nhạn sa cá lặn, nhưng cũng mặn mà có duyên, thế mà suốt đời cô đơn lẻ bóng!

Vào mùa hè nóng nực, có nhiều tối cả nhà kê trõng tre ra bãi đất trống trước nhà, để hóng mát. Bà tôi lại nấu chè cho cả nhà ăn, khi thì chè đậu xanh cả vỏ, khi thì chè đậu đen. Người lớn vừa ăn vừa thong thả nói truyện, trẻ con đùa nghịch chán lại lăn ra nằm la liệt trên trõng. Đôi khi có sẩm đi ngang, ông tôi lại gọi họ dừng chân hát giải sầu. Gió mát trăng thanh làm trẻ con thiu thiu ngủ gà ngủ gật trong tay bố mẹ. Thỉnh thoảng một chuyến tầu điện chạy ngang, làm sáng lòa mảng bóng tối kín đáo đang che chở những người đang ngồi hóng mát. Tiếng đàn bầu rền rĩ, tiếng sẩm ca buồn nỉ non, hòa với tiếng leng keng của con tầu vội vã vút vào đêm, là những hình ảnh chập chờn trong trí óc non nớt của tôi, trước khi chìm sâu vào giấc điệp.

Cơm gia đình bao giờ cũng dọn ở nhà dưới. Tôi nhớ bàn ăn lúc nào cũng đầy người lớn. Trẻ con mỗi đứa được một bát cơm trộn sẵn với nước thịt kho tầu , thịt xé nhỏ để lên trên với mấy miếng đậu rán, ngồi ngoài hè. Miền Bắc nghèo, nên ăn uống thanh đạm lắm. Món hay ăn thường là thịt lợn luộc ăn với mắm tép, hay thịt kho tầu thật mặn ăn với rau muống luộc và đậu rán nóng hổi bầy trên hành ướp nước mắm. Canh thì có canh cải cá rô đập gừng, canh dưa chua nấu với cá vụn hay sườn ăn với rau sống , canh thịt nạc nấu với sấu hay muỗm xanh ăn với cà pháo dòn tan...

Lúc còn ông bà, những bữa cơm này thật đầm ấm, với con cháu đông đủ quay quần chung quanh. Vui nhất là những ngày giỗ, nhà trên nhà dưới tấp nập họ hàng. Dưới bếp rộn ràng tiếng dao tiếng thớt. Bà tôi và con dâu con gái tíu tít nấu nướng. Người thì thái rau làm nộm, người thì gọt hoa cà rốt, su hào làm chân tẩy nấu cỗ, người thì lo làm gà làm vịt, giã giò gói nem... Đó cũng là dịp trẻ con mấy gia đình gặp nhau, thả sức nô đùa. Mấy đứa con gái hay phải ngồi cạnh mẹ để học thái rau, hay để sai vặt . Bù lại, khi mẹ cắt giò chả, cũng được nhấm nháp những mẩu đầu đầy. Ở nhà trên, bàn thờ tổ tiên đã được trưng hoa trái, đèn nến sáng choang, khói hương nghi ngút. Trong khi chờ cơm cúng, ông tôi hay bầy ra chơi tổ tôm, tài bàn, hay mạt chược với mấy ông con trai và họ hàng.

Việt Nam ta rất trọng lễ nghi. Ngoài lễ Thanh Minh tảo mộ vào tháng ba, giỗ tổ tiên quanh năm cho ông bà cụ kỵ, còn những ngày quan trọng khác như rằm tháng bẩy cúng vong, rằm tháng tám lễ Trung Thu. Lễ rằm tháng tám là lễ trẻ con vui thích nhất, vì được rước đèn và được người lớn bầy cỗ cho để phá. Đó là lúc các bà các cô trổ tài gọt hoa đu đủ, đắp bông làm thỏ ngọc, nặn con giống đủ mầu đủ sắc để trang hoàng cho bàn cỗ la liệt bánh nướng bánh dẻo và trái cây. Trước ngày lễ Trung Thu, chúng tôi trẻ con thường được theo mẹ lên hàng Ngang, hàng Đào, hàng Thiếc v.v.. để ngắm đồ chơi và mua đèn cho tối hôm sau rước. Nam thanh nữ tú, người lớn trẻ con đổ ra đường như chẩy hội. Cửa hàng nào cũng đầy ắp bánh kẹo, con giống , đèn kéo quân lấp lánh người ngựa quay vòng vòng, xe quả đào hay con thỏ bằng thiếc lọc sọc đưa qua đẩy lại.

Nhưng tết Nguyên Đán vẫn quan trọng hơn cả, vì đó là lúc kết thúc năm cũ, và đón năm mới với niềm tin và hy vọng đổi mới . Sau một năm làm ăn cực nhọc, cả bàn dân thiên hạ đều ngừng tay, xếp việc cầy bừa, bán buôn, học hành để chơi xuân.

Để sửa soạn lễ này, bà tôi và con dâu con gái phải lo cả tháng trước. Dưa và hành nén phải mua từ đầu tháng chạp, ngâm tro rồi mới muối. Gà sống thiến nuôi cả năm trước cho béo, chờ ngày cắt tiết. Trái cây để lâu được như bưởi, cam quit đường, chất đầy gầm giường. Đậu gạo nấu bánh chưng chứa đầy lu, chờ đến ngày là mua lá dong để gói, thường là ngày ba mươi Tết. Cho nên tối ba mươi thường là tối canh nồi bánh chưng rồi chờ Giao Thừa luôn. Tháng giêng ở xứ Bắc hãy còn lạnh lắm. Ngồi bên bếp lửa ấm áp, suýt soa cắn hạt dưa, nhấm nháp mứt sen, và đánh tam cúc trong khi chờ nồi bánh chin là một thú vui giản dị , nhưng ấm cúng tuyệt vời, không thể quên. Sau này, cả lúc sống lưu vong bên Mỹ, dù sức tàn lực kiệt, thầy tôi vẫn nhất định phải nấu bánh chưng ở ngoài vườn , để sống lại thú vui xưa.

Khi chưa có chiến tranh, bao giờ ông cũng đốt pháo mừng Giao Thừa, khi năm mới tới thay thế cho năm cũ. Sáng ngày mùng một lại đốt thêm một tràng pháo nữa để đón ngày đầu năm. Bàn thờ tổ tiên đèn nến sáng trưng, lộng lẫy hoa tươi, ngũ quả , bánh mứt đủ mầu. Con cháu người nào cũng ăn mặc chỉnh tề, dắt nhau lên nhà trên để lễ tổ tiên và chúc tết ông bà. Mẹ tôi và các bác mặc áo dài nhung, đi giầy mules thêu cườm, cổ đeo kiềng vàng. Chúng tôi, mấy đứa con gái, mặc áo dài len cổ Lemur , đi hài mũi cong, tay cầm ví , hí hửng chờ tiền mừng tuổi. Trong nhà vang tiếng cười! Ngày mồng một là ngày quan trọng trong năm, nếu vui vẻ thì cả năm sẽ được tốt lành, cho nên ai cũng cư xử ôn nhu, trên dưới thuận hòa.

Cứ thế mà ngày tháng qua đi...

Bà tôi mất năm nào, tôi cũng không biết. Nhưng tôi lại nhớ ngày đưa đám ma ông, trẻ con hôm ấy chạy đùa vui trong nghĩa địa, được ăn chè thạch mát rượi, ngây thơ không biết sinh ly tử biệt là gì!

Khi gia đình tôi dọn về Thịnh Hào năm 1945 thì ông bà tôi không còn nữa. Nhưng vườn cây hoa lá của ông bà để lại đã tới kỳ sung mãn.

Hoa thì đủ loại ngâu, dâm bụt, nhài, hồng đủ mầu phô sắc thắm lúc ban ngày. Đêm thì dạ lý hương thơm ngát. Đông tới hoa đào tưng bừng nở, đỏ như xác pháo tống cựu nghinh tân. Xuân về, hoa mơ trắng như tuyết vương đầy vườn.

Còn về cây ăn trái thì đúng là thiên đường của tôi. Vườn trước co hai cây doi lớn, rất sai trái. Doi trong Nam gọi là mận. Doi đường trái trắng xanh ngọt lịm, doi hồng dơn dớt chua. Tôi nhớ một cây có cành ngả vào nóc cổng. Tôi hay trèo lên cây này, rồi chuyền cành leo lên đó hái doi ăn, thích thú được một cõi riêng mà không ai biết. Cạnh bếp là hai cây muỗm lớn, cao vút, xòe lá rủ xuống cái ao đầy bèo để nuôi vịt. Muỗm trong Nam gọi là soài. Mang giống ra trồng ngoài Bắc thì trái nhỏ đi, và mùi thơm cũng khác.

Ở phía tay phải nhà dưới, có vườn đào và mơ, chỉ thiếu có na. Mơ hái xanh thì dòn và chua, đập dập rồi dầm với nước mắm đường gừng thì tuyệt hảo, khi ăn cứ phải suýt soa vì vị chua lẫn với cay. Mơ chin vàng óng trong veo, ngọt nhưng hơi dơn dớt.

Vườn sau được ngăn với vườn trước bằng một

bức tường. Cạnh bếp có một cửa nhỏ thông qua . Vườn này khá rộng. Phòng tắm và cầu tiêu ở phía này, gần cái ao. Một lối đi nhỏ xuyên qua vườn dẫn tới nhà chú thím Kỳ. Tôi không hiểu chú thím Kỳ có họ hàng ra sao với gia đình tôi, nhưng lúc nào họ cũng ở đây, y như một phần của căn nhà tổ tiên này. Nhà của họ làm bằng đất nện, mái lợp rơm, nhìn ra cái giếng đằng sau. Chung quanh giếng trồng toàn dừa và cau. Chú thím Kỳ có hai đứa con gái: con Nuôi và con Dị. Tôi hay chơi với con Nuôi vì nó trạc tuổi tôi. Cứ đi học về là tôi chạy ra vườn sau tìm nó để chơi đánh chuyền, ô ăn quan hay nhẩy dây.

Vườn sau, ngoài một khoảng dành để trồng rau, còn có mấy cây ăn trái khác như bưởi, chanh và táo ta. Táo ta nhỏ hơn táo Thái lan, lớn cỡ đầu ngón tay, khi chin có mầu vàng nhạt phớt hồng. Táo chin chấm muối ớt rất đậm đà. Cây táo nhà tôi có nhiều cành ngang và thấp. Một cành ngả vào mái nhà kế bên, nên tôi hay leo lên cây để truyền cành trèo lên mái nhà, ngồi trên đó hái táo ăn, nhân thể trốn thầy tôi khi nào phạm tôi phá phách hay cãi mẹ.

Vườn sau lúc nào cũng thơm mùi hoa bưởi, hoa chanh. Bướm rực rỡ muôn mầu và chuồn chuồn cánh mỏng như tơ trời bay lượn trên những luống cải hoa vàng, trên giàn đậu hòa lan. Đó là vũ trụ nhỏ bé và nguồn vui của tôi trong những trưa hè êm ả của tuổi thơ, khi cả nhà đang yên giấc ngủ ban ngày.

Năm 1945 cũng chứng kiến bao nhiêu đổi thay

của lịch sử và vận nước. Mới đầu là nạn đói khủng khiếp làm cả triệu dân Bắc chết đường chết chơ khắp nơi, trong khi trong Nam gạo đổ đi không hết! Đồng thời Nhật đảo chính Pháp. Thầy tôi lúc bấy giờ đang làm y sĩ cho quân đội viễn chinh, đang đêm phải trốn khỏi trại. May mắn thoát nạn làm tù binh cho Nhật! Sau khi lo cho gia đình dọn về Thịnh Hào, ông cùng với mấy bà sơ trường hàng Bột lo tổ chức cứu đói và chữa bệnh thí. Nhiều thanh niên tình nguyện đến giúp, đi quyên gạo và quần áo cũ từng nhà. Ngoài đường la liệt dân đói từ các miền quê cố lết tới Hà Nội để tìm miếng ăn và sự sống. Đến nơi, chưa được ăn , nhiều người đã lăn ra chết vì kiệt sức. Đêm nào cũng có những xe đi nhặt xác, lặng lẽ như những bóng ma. Thảm cảnh nghĩ tới không khỏi ngậm ngùi!

Thế rồi thế giới chiến tranh chấm dứt. Đức Nhật đầu hàng. Chính phủ lâm thời Trần Trọng Kim được thành lập. Các phong trào cách mạng yêu nước nổi lên như nấm. Ngay cả trẻ con cũng truyền tay những bài hát yêu nước chống ngoại xâm, dành độc lập. Lúc ấy tôi đang học lớp nhất ở một trường tư gần nhà. Ngày nào cũng phải tập quân sự, hết chạy lại bò... ! Cũng thời gian đó, bác Phụng qua đời ở Kiến An, bác gái phải mang đàn con về Thịnh Hào nương thân.

Anh Tụng, anh Nam, anh Vị lúc đó đã là những thanh niên từ 15 tới 17 tuổi, đang thời hăng say chính trị, lúc nào cũng sôi nổi tranh luận với nhau về đệ tam và đệ tứ cộng sản quốc tế. Chị Loan 13 tuổi, bằng tuổi chi Dung, hai người cùng dịu dàng thủy mị như nhau. Ngoài ra còn chị Vân hơn tôi một tuổi, chị Thúy kém tôi hai tuổi. Nhỏ nhất là chị Yến, năm tuổi, bằng tuổi cô Hoàn. Thịnh Hào bỗng dưng đông như hội. Ngoài gia đình bác hai, còn có gia đình anh cả Ngâm lúc bấy giờ có bốn con là Thi, Thư, Phú, Thủy. Trẻ con mấy nhà tụ lại vui không thể tả. Mấy đứa con anh Ngâm cũng được nhập bọn chơi với tôi và Ninh con bác Phụng . Trèo cây, đánh khăng, đi trốn đi tìm, toàn trò chơi con trai. Bao nhiêu lâu nay, trong nhà chí có chị Dung và tôi. Chị Dung chỉ thích ngồi một chỗ khâu đan, những trò như ô ăn quan, đánh truyền v.v.. không chịu chơi với tôi. Bây giờ tôi có bạn tung hoành trong khu vườn rộng thật thỏa chí tang bồng!

Tình hình đất nước lúc đó như hỏa mù. Quân Lư Hán từ bên Tầu sang tiếp thu quân đội Nhật, đem theo vợ con một đàn đói rách, trông thật bệ rạc. Vừa trải qua một trận đói kinh hoàng, Hà Nội lại phải chịu trận thêm đoàn quân ô hợp tham lam hống hách. Dân chúng vừa khinh vừa ghét, đổi luôn lời của bài hát đang thịnh hành lúc đó thành:

Đoàn quân Tầu Ô đi
Sao mà ốm thế!
Bước chân phù lang thang trên đường Bạch Mai
Cờ sao trắng phấp phới đi đàng trước
Lũ Tầu Ô ôm áo đi đằng sau!

Thế rồi Việt Minh cướp chính quyền. Chính phủ

Trần Trọng Kim vừa thai nghén, chưa làm được cơm cháo gì, đã chết! Bắt đầu các đảng phái thanh toán lẫn nhau, diệt nhau để chiếm độc quyền yêu nước và thống trị. Người ta xì xào là một căn nhà ở đường Ôn Như Hầu chứa đầy xác chết , chả biết đảng nào giết đảng nào?! Lúc bấy giờ tôi bắt đầu học lớp đệ thất trường Trưng Vương, đạp xe qua đó cứ thấy rờn rợn... Cuối cùng là cờ đỏ của Việt Minh thắng, và phấp phới từ đó. Dân Việt Nam bấy giờ có biết cộng sản là gì, cứ được độc lập là vui sướng rồi. Người lớn , trẻ con, trong đó có tôi, bắt đầu tham gia biểu tình mít tinh... Khi già Hồ đi Pháp về, nhi đồng là tôi cũng đi đón bác, gân cổ hát bài: bác chúng em đã về a a...

Chúng tôi rời căn nhà yêu dấu, đầy kỷ niệm này, năm 1946, khi chiến tranh Việt Pháp bùng nổ. Từ Hà Nôi về Chương Mỹ hình như không xa lăm, vì tôi nhớ mang máng là cả nhà phải đi bộ. Tôi dắt theo cái xe đạp được thưởng khi đỗ vào đệ thất, chất đầy đồ và truyện kiếm hiệp. Ai cũng ngây thơ tưởng tranh chấp sẽ giải quyết một sáng một chiều, nên chỉ mang quần áo mùng mền đủ dùng tạm bợ. Bao nhiêu giấy tờ, tranh ảnh, gia phả , đồ thờ... để lại hết. Có ngờ đâu từ Chương Mỹ phải tản đi Ninh bình, từ Ninh Bình đi Phát Diệm, lang thang suốt một năm trời mà chiến tranh vẫn kéo dài. Nhiều người lúc đầu hăng say chống Pháp cứu nước, đến khi thấy anh em bạn hữu lần lượt bị cộng sản thanh trừng, chán nản trở về thành. Gia đình tôi cũng một phần vì lý do đó, một phần tài chánh kiệt quệ không có cách gì nuôi nổi đàn con sáu đứa, nên hồi cư năm 1947. Khi trở về chốn cũ, nhà Thịnh Hào đã điêu tàn đổ nát, đồ đạc của cải bị thổ phỉ trống rỗng. Vườn cây sơ xác, nhà trên nhà dưới đầy người lạ mặt đến chiếm ngụ. Chúng tôi phải đến ở nhờ một căn nhà ở đường Wiélé. Mãi về sau, bác Đạo mới đòi được căn nhà dưới. Bác ở đó trong khi gia đình tôi dọn đi Hải Phòng.

Năm 1954, khi Cộng Sản tiếp thu Hà Nội, thì nhà cửa những người ở lại bị nhà nước trưng dụng gần hết cho những người mới tới, chủ nhà chỉ được giữ một phần nhỏ để ở. Nhà Thịnh Hào đất rộng, nên có tới mấy chục hộ đổ tới xây nhà chi chit từ vườn ngoài vào vườn trong. Đang là một trang trại khang trang, um tùm cây trái và hoa thơm, bây giờ chỉ còn là một xóm nhà cửa lúp xúp, tối tăm chật chội.

Tôi không hiểu các anh chị con bác hai Phụng khi về thành có còn chỗ trú ở căn nhà ông bà để lại không, chỉ biết bác Đạo ở đó tới khi qua đời năm 1991, tháng chạp năm Canh Ngọ.

Hiện nay gia đình anh Nam . con thứ hai bác Phụng, vẫn cư ngụ căn hộ bác Đạo để lại.

Cuộc đời như bức tranh vân cẩu, thịnh suy, hợp tan, thoảng qua như giấc mộng.

Từ khi họ Ngô cải tên thành họ Lê, từ Trung ra lập nghiệp ở Bắc Hà, đã hơn một thế kỷ. Con cháu cũng trải qua bao nhiêu dâu biển biển dâu.

Sau 1954, tất cả mọi người đều di cư vào Nam, trừ bác Đạo ở lại, chờ các anh chị con bác Phụng kháng chiến trở về. Năm 1975, lại ra đi lần nữa, lập lại cuộc đời lần nữa, mỗi người mỗi nơi, ở những xứ xa lạ chẳng phải là quê hương của mình. Người ở lại chật vật với đời sống khó nghèo, người ra đi ngậm ngùi thương nhớ những ngày đầm ấm xum vầy đã qua.

Đến nay, năm 2000, khi tôi viết xong những dòng này thì thế hệ thứ ba đã qua đời gần hết. Bác trưởng Vịnh, bác hai Phụng, bác ba Triền, bác Đạo, thầy tôi. Chỉ còn mẹ tôi đã gần 90 tuổi. Thế hệ thứ tư cũng khiếm khuyết anh Tụng, chị Loan. Những người còn sống , tứ tán khắp phương trời, cũng bắt đầu già yếu và bệnh tật. Đến thế hệ thứ năm là các con cháu tôi, chắc gì sau này sẽ quan hoài đến chuyện xưa tích cũ?!

Viết xong ngày mùng 6 tháng 10, năm 2000
Georgetown , Washington DC

Xem ảnh gia đình họ Lê chụp vào khoảng năm 1931

THÁNG NĂM, MÙA CỦA MẸ

Bà Lê cặm cụi tưới mấy chậu cây mới trồng đầu xuân. Năm nay, bà có thêm bụi râm bụt mầu cam ngả sắc hồng, hoa thược dược tím đỏ, phong lữ thảo (geranium) mầu huyết dụ. Mấy khóm cúc đại đóa trắng và vàng từ Tết vẫn nuôi trong chậu, đã được hạ thổ gần hồ nước uống cho chim. Chậu dạ lý hương suốt mùa đông ở trong nhà, năm nay bỏ ra ngoài hơi sớm, bị lạnh rụng hết lá, đã thấy loi ngoi trồi ra ít lá non.

Ngôi nhà chỉ có hai mảnh vườn nhỏ như chiếc chiếu ở đằng trước và đằng sau, nhưng nó là niềm vui duy nhất của bà Lê, sau thú đọc sách. Nhìn thấy những cái cây nhỏ xíu vươn lên từ hạt giống, lớn dần, rồi mọc lá sinh hoa, y như chứng kiến được một phần sự tạo dựng đời sống của Thiên Chúa.

Bà không trồng rau nhiều, vì không đủ đất. Chỉ có hẹ và tía tô. Khóm hẹ cắm xuống từ tám năm nay, năm nào cũng trung thành trở lại. Nhưng tía tô thì chả bao giờ về đúng chỗ, hạt giống cứ bay tứ tán khắp nơi, làm bà phải nhọc công đi tìm những mầm mới nhô lên từ đám cỏ, thận trọng đào từng nhánh để trồng lại chỗ cũ. Có một năm bà thử trồng mùng tơi, mà đất xấu quá, loại đất sét dính bết chứ không mầu mỡ đen xốp, nên chó dài người mới được một bữa canh !

Mùa xuân năm nay, mẹ bà hứa sẽ đến chơi để ngắm anh đào. Nhưng rồi lại không đến được! Tội nghiệp bà cụ, chỉ có mỗi ước vọng là được ngắm lá vàng mùa thu ở Virginia, và hoa anh đào mùa xuân ở Hoa Thịnh Đốn. Thế mà mấy lần đến thăm con đều chẳng đúng mùa. Lòng bà Lê trùng xuống vì thương mẹ. Tuổi già mong manh như lá vàng trong gió . Có những ước mơ thật nhỏ nhoi, mà cũng không thực hiện được! Con cái từ khi xa quê hương, tứ tán mỗi người một phương, mẹ già chỉ những mong cùng nhớ!

Bà Lê thở dài... Cũng may mà năm nay mẹ không tới được, vì có tới cũng hụt mùa hoa. Xuân năm nay đột nhiên trời trở nóng sớm, nên nụ mới nhú thì đã nở tung... Anh đào giữa tháng ba đã nhuộm hồng quanh hồ Tidal Basin, trong khi hoa lê rụng trắng đường, và lá non bắt đầu nhú lên xanh rờn khắp rừng cây Virginia. Tháng tư đến phiên hoa dương đào (dogwood) và đỗ quyên (azaleas) đủ mầu nở rộ. Hoa dương đào dịch nôm na là lâm cẩu, nghe thì thô nhưng mà đẹp vô ngần, thanh tú mảnh mai như những con bướm, điểm những nét chấm phá trắng hay hồng lên nền xanh của cây rừng.

Và bây giờ là tháng năm, tháng của Đức Mẹ và các bà mẹ

C'est le mois de Marie
C'est le mois le plus beau
La Vierge chérie
Chantons un chant nouveau...

Bà Lê còn nhớ, ở Pháp và Việt Nam ngày xưa, ngày đầu tháng năm cũng là lễ Lao Động. Thiên hạ được nghỉ, rủ nhau ra đường vui xuân. Đường phố Paris đấy những cô gái nhỏ bán hoa muguets, những bông hoa xinh xinh hình chuông trắng mộc mạc, khiêm tốn như mẹ Maria, như những bà mẹ lặng lẽ suốt đời tận tụy cho con. Người ta mua để đặt trên bàn thờ Đức Mẹ. Người ta mua để tặng những bà hiền mẫu.

Tháng năm cũng là tháng của hoa hồng. Vườn nhà hàng xóm của bà Lê có hai cụm hồng thật đẹp, loại bông lớn như cái bát ăn cơm, mầu cam nhạt Brigitte Bardot và mầu đỏ thẫm. Hồng đỏ hay hồng nhung là mầu của tình yêu. Cho nên chỉ cần một đóa hoa tặng mẹ là các bà mẹ cũng thấy hạnh phúc rồi.

Có một lần mẹ bà lên chơi vào giữa tháng năm. Lúc đó bà cụ còn khoẻ mạnh lắm, chỉ buồn vì ông cụ mới bỏ cụ mà đi... Đúng lúc hồng đang sung mãn nở rộ. Bà đưa mẹ đi ngắm hoa ở vườn hồng nổi tiếng đẹp của nhà thờ Washington National Cathedral, trên đường Wisconsin. Mới bước vào, đã như ngợp trong thế giới của hương hoa. Mùi thơm nhẹ nhàng thanh khiết, sắc mầu hòa nhã dịu dàng, khiến người thưởng ngoạn thấy lòng lắng xuống, an bình tịch mịch...

Thuở ấy gia đình bà ở một chung cư gần trạm xe buýt và xe điện ngầm Vienna. Từ nhà tới trạm chỉ mười phút đi bộ, qua một con đường rất thôn dã và êm đềm. Một bên là rừng đầy những bụi hoa hồng dại và dạ lai hương thơm ngọt ngào, một bên là những căn nhà nhỏ xinh xinh ẩn sau hàng cây chĩu chit trái: đào mơn mởn hồng tươi như má con gái dậy thì, nectarines đỏ mọng, mận tím mầu rượu chat...

Bà cụ đến thăm con thăm cháu, mà con ngày nào cũng đi làm, cháu ngày nào cũng đi học! Rút cục phải cô đơn đi dạo một mình trên con đường đầy hoa trái này. Cụ tẩn mẩn vuốt ve từng cánh họa, cụ vụng trộm sờ từng trái chin. Mấy ông bà Mỹ già quanh đó chắc cũng quen dần với bóng dáng bà cụ người Á Đông ngày nào cũng đi qua nhà mình, nhìn ngắm ngẩn ngơ...

Chiều về, sau bữa cơm tối, hai mẹ con lại đi dạo nữa.

Bà cụ thủ thỉ: Này cô, hôm nay tôi hái trộm một trái đào ở nhà ông bà Mỹ già bên kia đường.

Ấy chết, sao mẹ lại hái đào nhà người ta. Người Mỹ khó lắm đấy.

Ờ, thế mà tôi thấy bà ấy ở sau rèm vẫy tay với tôi rồi cười..

Có hôm cụ mang về một bó hoa dại thật lớn, cắm vào bình , lặng lẽ chờ tiếng reo mừng của con.

Ồ, hoa ở đâu mà đẹp thế hả me?

Tôi hái ở ven rừng đấy.

Cứ thế... cho đến ngày mẹ tôi phải trở về miền Tây.

Buổi chiều, trước ngày từ giã con cháu, cụ bảo: Cô đi dạo với tôi lần cuối được không? Tôi muốn chào từ biệt con đường của tôi.

Tim bà thót buồn xót xa... Mẹ lượm lặt được bao nhiêu hình ảnh con cháu và hương hoa đây, để ủ sâu trong trái tim già, lâu lâu mở ra nhìn ngắm cho đỡ nhớ! Bà ân hận đã không được ở nhà mỗi ngày với mẹ, chuyện trò thăm hỏi cho mẹ đỡ cô đơn. Bà ân hận đã không đủ ân cần, đủ cố gắng săn sóc mẹ. Những săn sóc nho nhỏ, biểu lộ tình thương mến, y như những bông hồng cho ngày của mẹ, những bông hồng hiếm hoi mà các bà mẹ nhận được một lần mỗi năm, để nhớ mình hãy còn những đứa con .. ở đâu đó...

Từ trước đến nay, Việt Nam không có ngày lễ Mẹ, vì lý do giản dị là ngày nào cũng là ngày của mẹ. Thời nhỏ, trẻ con nào mà không thuộc bài:

Công cha như núi Thái Sơn

Công mẹ như nước trong nguồn chảy ra
Một lòng thờ mẹ kính cha
Cho tròn chữ hiếu mới là đạo con...

Cha mẹ lo lắng nuôi nấng con cho nên người, con cũng nhớ ơn cha mẹ một lòng phụng dưỡng. Ngày nào mà chẳng là ngày lễ mẹ lễ cha, ngày nào mà cha mẹ chẳng săn sóc chăm nom con cháu , ngày nào mà con cái không thăm hỏi vấn an cha mẹ? Cũng bởi ngày xưa gia đình Việt Nam ở chung tứ đại đồng đường. Cha mẹ anh em sống chung một nhà vui vẻ thuận hòa, chia sẻ vui buồn, trên kính dưới nhường.

Đến thời của bà, tuy không còn sống chung như thế, nhưng tuần nào bà cũng mang con về thăm cha mẹ. Nhiều khi đi chợ Tân Định gần đó, bà cũng ghé chơi, bàn bạc với mẹ chuyện nhà cửa, con cái, làm ăn, chia sẻ với mẹ những vui buồn của cuộc sống hàng ngày.

Bà nhớ những ngày ở Pháp với hai con nhỏ, nhọc nhằn nhưng ấm cúng. Sáng đi làm, tối về làm cơm xong lại kèm con học. Căn chung cư nhỏ xíu, thiếu đủ tiện nghi, cả cái tủ lạnh cũng không có. Mùa đông phải bao kín thức ăn để ra ngoài cửa sổ cho khỏi hỏng. Rửa mặt đánh răng , giặt giũ làm cùng chỗ rửa bát. Quần áo nhà thờ cho mặc chỉ thấy nặng chứ không thấy ấm. Thế mà bà cảm thấy hạnh phúc vô cùng! Được lo lắng săn sóc cho con, trong những ngày đầu của cuộc sống tha hương, được ánh mắt tin yêu nhìn lên trông cậy, người mẹ chỉ cần có thế cũng đủ sung sướng.

Khi sang Mỹ, những năm đầu, vì trở ngại Anh ngữ, bà không nề hà làm bất cứ việc gì. Khâu thuê vá mướn, chạy máy Xerox, lao động một ngày mười hai tiếng để có tiền nuôi con và trả món nợ vượt biên. Chỉ tiếc là vì thế mà không có thì giờ săn sóc dẫn dắt con trong lúc đang tuổi lớn! Cũng may, con bà chịu khó học hành nên đều đỗ đạt và có công việc tốt.

Cứ thế mà thời gian qua. Lần lượt các con bà đi lấy chồng, mua nhà ở riêng.

Căn nhà cứ vắng dần... Mỗi lần một đứa con ra đi là bà buồn cả tháng trời, không dám vào căn phòng bỏ trống để khỏi nhớ khỏi thương . Bà nhớ lúc ở Việt Nam, sau khi bà liều gửi hai đứa con lớn theo ông bác vượt biên, bà đã không dám đi qua cái giường các con bà nằm nữa... Hai bộ áo ngủ thay vội vã hôm chúng nó ra đi, bà cứ để nguyên không cất, để có cảm tưởng là con mình còn ở nhà, mới đi đâu đó, sắp về...

Quanh quẩn thế mà đã hai mươi năm qua. Vợ chồng bà bây giờ cũng chẳng khác gì mấy ông bà Mỹ già, lụi hụi lo cho nhau để sống nốt quãng đời còn lại, đi ra đi vào trong căn nhà trở nên quá rộng rãi và lặng lẽ. Cuộc sống bận rộn của xứ sở này cứ lôi cuốn các con bà xa dần cha mẹ! Bà nhớ con cháu quá , muốn gặp thì phải làm cơm gọi chúng nó đến ăn. Bà làm chiều thứ sáu, bà làm mỗi thứ bẩy, nào chả cá Thăng Long, nào cá nướng cuốn bánh tráng, rồi bún bò Huế, rồi thang rồi cuốn... Bà làm sinh nhật cho con, bà làm cho cháu, không kể những ngày giỗ Tết, Tạ Ơn , Giáng Sinh... Cứ thế mà năm tháng trôi đi... rồi bà cũng mỗi ngày thêm già yếu . Từ khi ông về hưu, tiền bạc giảm, bà cũng mệt mỏi hơn. Những bữa ăn gia đình cũng thưa dần... và cũng thưa dần những buổi đoàn tụ gia đình!

Năm nay, trước ngày lễ mẹ, sở bà ai cũng thăm hỏi: sao bà Lê, năm nay lễ mẹ, các con bà có mục gì cho bà không? Con bà người nào cũng thành đạt, chắc sẽ cho bà một ngày tuyệt vời?

Bà cười: tôi cũng không biết nữa...

Ngày lễ Mẹ, hai người già ngồi trong căn nhà vắng ngắt! Hôm trước có bức điện thư của cô gái út từ xa gửi về thăm hỏi. Bà vui thật vui. Bông hồng đầu tiên cho mẹ đấy! Nhưng buổi sáng trôi qua, buổi trưa chầm chậm đến, tiếng chuông điện thoại vẫn không reo... Cửa ngõ vẫn im lìm không con cháu nào gọi mở!

Đâu đây, vẳng nghe tiếng hát của chàng ca sĩ mù: *I've called to say I love you... I've called to say how much I care...*

Đến chiều, thằng cháu tới chơi, ngạc nhiên thấy ngày lễ mẹ mà chẳng có bóng dáng người con nào... mời chú thím đi ăn.

Buổi tối về nhà, thấy một giò lan trắng và thiếp

chúc bà, với mấy chữ non nớt vội vàng của hai đứa cháu yêu:

Happy Mother's Day, bà ngoại...

Thế là lòng bà lại nở hoa... !

Virginia, tháng 5/2000

THÁNG NĂM NHỚ MẸ

Mẹ đã đi rồi!
Ngoài kia mưa rơi
Khóc mộng nửa vời
Như gió mây trôi!

Ngày xưa mẹ mong,
Mùa xuân đến thăm
Xem hoa đào nở.
Dự hội hoa đăng

Năm nay xuân tới,
Nhưng mẹ đâu rồi?
Nhìn hoa ngậm ngùi.
Nước mắt đầy vơi!

Thế rồi tháng năm
Lại đến chân đồi.
Mây trắng nổi trôi
Dương đào phấp phới
Xanh xanh rừng mới
Vàng đỏ đỗ quyên
Cuộc sống triền mien
Nhịp đời trôi nổi..

Mà mẹ đâu rồi?!
Mua bó hồng tươi
Mười ba lễ Mẹ
Trăm thương ngàn nhớ

Ảnh người còn đó
Hồn ở nơi nao?
Hương nền chao chao
Giọt lệ tuôn trào...

Georgetown, tháng năm 2001
Nhân ngày lễ Mẹ

TRƯỜNG NOTRE DAME DU ROSAIRE

Gần nửa thế kỷ đã qua, cuộc đời theo vận nước nổi trôi, hết từ Bắc di cư vào Nam, lại từ Nam bỏ nước mà đi, biết bao nhiêu là thăng trầm dâu biển.

Bỗng dưng, một hôm, có người hỏi tôi về ngôi trường cũ: trường Notre Dame du Rosaire ở Hà Nội.

Ngôi trường tôi đi học từ 47 năm về trước!

Trong trí nhớ đã bắt đầu lãng đãng, kỷ niệm xưa cũng nhạt nhòa như sương như khói.

Tôi chỉ nhớ là trường của tôi tọa lạc trên đường Raffenel, ngay gần trường Đại Học Hà Nội. Lúc đó tôi trọ học ở đường Rolland, gần Cửa Nam. Từ đường Rolland, cứ đạp xe thẳng về phía trường Đại Học, rẽ tay phải là tới. Cũng có thể lấy đường Carreaux, song song với đường Rolland, rồi rẽ trái.

Tôi còn nhớ tôi yêu hai con đường này lắm, chẳng phải vì những biệt thự sang trọng rộng lớn, kín cổng cao tường, mà vì lề đường có nhiều cây cổ thụ ban bóng mát cho những ngày hè oi bức.

Những con đường thơm, nức hương hoa thoang thoảng từ những khu vườn trưởng giả, đôi khi vọng ra thánh thót tiếng dương cầm.

Hà Nội lúc bấy giờ đã bớt ngơ ngác, không còn giống Từ Hải bó thân về với triều đình, như những ngày đầu hồi cư năm 47, 48... Đã có những nụ cười nở trên môi, ngỡ ngàng như những trồi hoa vươn lên từ đống gạch đổ nát. Hồ Gươm đã thấp thoáng những tà áo dài tha thướt. Các cửa hàng bắt đầu buôn bán trở lại. Hàng Ngang, hàng Đào, hàng Bông, hàng Gai... ba mươi sáu phố phường của Hà thành, lại nhộn nhịp ngựa xe. Các trường lại đón nhận học trò. Nhưng tất cả đều thay đổi, từ trường sở cho đến thầy dậy.

Lúc đó, trường Bưởi đã đổi thành Chu văn An, trường Đồng Khánh thành Trưng Vương, và cũng di chuyển mấy lần. Tôi nhớ khi tôi học đệ thất năm 1945, tôi phải đạp xe từ nhà tôi ở phố hàng Bột tới tận Lò Đúc để học trường Trưng Vương ở gần Chợ Hôm.

Tôi không học Rosaire từ nhỏ, mà chỉ bắt đầu cắp sách tới trường này từ năm 1952 tới 1954. Đó là hai năm tôi học hai lớp Seconde và Première.

Nghe đâu, trước chiến tranh Việt Pháp (1946-

54), trường Rosaire là một trường tư thục công giáo nội trú gần Quần Ngựa, rất rộng lớn khang trang. Chỉ có những thiên kim tiểu thư con các quan tây và các vị phụ mẫu dân như các quan tuần quan phủ, mới được vào học.

Có thể vì lý do an ninh, hoặc ngôi trường cũ đã bị phá nát vì chiến tranh, mà các bà Mères sau này phải dọn ra đường Raffenel ? Chỉ biết là năm 1952, khi tôi nhập học, thì trường đã có đến lớp Troisième, và bắt đầu mở thêm lớp Seconde cho những học trò vừa đỗ Brevet.

Cho nên, vào những năm 1946 đến 1954, trường Rosaire không lấy gì làm lớn lắm. Bên cạnh các trường theo chương trình Pháp , bề thế và nổi tiếng như trường Albert Sarraut, Sainte Marie... hay các trường Việt như Chu văn An, Nguyễn Trãi, Trưng Vương... hầu như ít ai biết tới ngôi trường này.

Nếu tin là có duyên phận, thì chắc tôi có duyên với trường Rosaire, hay Couvent des Oiseaux ! Khi học xong lớp đệ tứ trường Ngô Quyền Hải Phòng, xong bằng Thành Chung, tôi tính chọn môn sinh ngữ, và đã ghi danh ở trường Trưng Vương.

Sau đó tôi nghĩ: đã định học sinh ngữ, sao không thử thi vào Albert Sarraut nhỉ? Thi chơi cho biết đá vàng!

Nhưng năm đó trường A. Sarraut không mở kỳ thi concours tuyển học trò. Tuy tính thi chơi, nhưng không được thi thì cũng buồn lắm. Vừa may lúc đó tôi được một cô bạn rất thân nhờ một bà cô giới thiệu tôi với mấy bà Mẹ trường Rosaire. Tôi đến thi, và được nhận học.

Khai trường năm đó, năm 1952, lớp Seconde có chừng 15 học sinh. Lớp học rất rộng và đẹp. Sàn gỗ bóng láng. Mỗi người được một bàn riêng. Mười lăm cái bàn, mười lăm cái ghế bằng gỗ thông còn thơm mùi xi, xếp ngay ngắn. Hai bên là hai hàng cửa sổ mở rộng, phía bên phải nhìn ra đường Raffenel với rặng cây cao xanh muốt và thẳng tắp.

Trường Rosaire xây theo hình chữ L. Ở giữa là sân chơi. Trường có hai tầng. Dưới nhà là các lớp tiểu học, văn phòng làm việc của các Bà, và phòng ăn cho học trò bán trú ở lại buổi trưa. Trên lầu là các lớp trung học.

Nhà dòng là ngôi biệt thự cũ ở góc sân phía bên kia.

Học trò Rosaire phải mặc đồng phục. Các lớp nhỏ phần nhiều mặc đầm, váy xanh dương xẫm và sơ mi trắng. Còn các lớp lớn, nhất là các lớp complémentaires mở đặc biệt cho các chị, vì chiến tranh nên học muộn, thì có thể mặc áo dài . Mùa hè áo lụa xanh da trời, mùa đông áo dạ mông tự xanh xẫm (bleu marine) như mầu váy các em nhỏ. Tuy ngày nào cũng như ngày nào, cứ phải mặc hoài mấy cái áo xanh, nhưng thiếu nữ Hà Nội biết khéo léo làm cho mọi thứ thành lượt là tha thướt. Một cái khăn voan hờ hững vắt ngang vai, một giải nơ cài suối tóc bồng bềnh. Tuổi thơ làm mắt long lanh, làm thắm môi hồng.

Lúc bấy giờ bà Anne Marie làm Supérieure, bà Jean Marie quản lý tài và hành chánh.

Năm Seconde, chúng tôi được bà M. Raphael dậy Pháp văn . Các bà M. Véronique và M. Nicole , lúc bấy giờ còn trẻ lắm, dậy Sử Địa và Lý Hóa. Bà Gertrude dậy Anh văn. Toán phải nhờ ông Pouvatchi ở lycée A. Sarraut dậy dùm. Học hát với bà M. Miséricorde.

Năm đầu ở Rosaire , tuy không phải là năm thi, nhưng đối với tôi thì thật là khó khăn. Trường không có nội trú, mà chỉ có bán trú, nên tôi phải ở trọ học nhà bà con. Sáng đi, chiều về. Lần đầu tiên xa nhà, chỗ ở lạ, trường mới bạn mới, chương trình học bằng ngôn ngữ khác, nên tôi phải cố gắng rất nhiều. Biết bao nhiêu ân cần săn sóc, biết bao nhiêu khuyến khích ủi an của thầy của bạn đã dành cho tôi trong những ngày đầu bỡ ngỡ, để giúp tôi hội nhập. Tôi lớn lên trong tình thương bao la của đại gia đình thứ hai là học đường. Cái hay của giáo dục trường các Bà dòng Notre Dame là thế. Không phải chỉ ở chỗ trau dồi kiến thức, mà còn rèn luyện tâm tính, đức hạnh, dậy yêu thương lẫn nhau và tập san sẻ. Những khắc khoải tâm linh, những thắc mắc về cuộc đời của tuổi mới lớn cũng được theo dõi và dẫn dắt một cách tế nhị chân tình.

Niên học 1953-54, lên lớp Première, sĩ số chỉ còn

10. Có người đi Canada, có người đi Pháp, có người qua trường A. Sarraut. Giáo sư cũng thay đổi. Bà M. Claire, trước là thầy của bà M. Véronique, bây giờ dậy Lý Hóa thay bà Nicole. Bà Véronique dậy Pháp văn, môn quan trọng nhất của kỳ thi Tú tài phần một. Thiếu điểm này coi như không được thi tiếp các môn khác! Tuần nào cũng phải làm cho xong tại chỗ, trong bốn tiếng, một bài dissertation littéraire! Rồi bài tập toán, lý hoá, rồi sử địa! Bao nhiêu là chữ nghĩa phải nhồi nhét trong đầu! Đứa nào cũng học đêm học ngày, ít ăn thiếu ngủ, xanh lướt như tầu lá! Thế rồi, không hiểu sao, đến gần kỳ thi, cả lớp cũng học xong chương trình. Kinh sử thuộc lầu. Công các Mẹ đấy, lo lắng kèm từng đứa, khuyến khích, an ủi. Công bà Régis nữa, đã trích thuốc bổ cho chúng tôi thêm sức khỏe, để mà gạo.

Năm đó, 10 đứa đi thi, 9 đứa đỗ!

Mải học thi, chúng tôi hầu như không biết gì đến những biến cố lịch sử làm rung chuyển đất nước. Lâu lâu, gặp mấy bạn cũ Hải Phòng, cũng có nghe kể truyện anh bạn này bị động viên đi Nam Định hay Thủ Đức, anh kia bỏ đi biệt tích theo kháng chiến ngoài bưng. Chiến tranh bắt đầu leo thang. Chiến dịch nằm vùng len lỏi từng nhà. Đường bộ bị giật mìn như cơm bữa. Về Hải Phòng thăm nhà phải đi máy bay.

Tháng 5 năm 1954, Pháp thua trận ở Điện Biên Phủ. Hiệp định Genève cắt đôi đất nước. Dân Hà Nội, dân Hải Phòng, dân cả miền Bắc, bỗng nhiên chới với trước vấn đề đi hay ở?!

Thế rồi cả triệu người phải đứt ruột bỏ nơi chôn nhau cắt rốn, nhà cửa ruộng vườn, di cư vàn Nam để bắt đầu lại tất cả! Trường Rosaire cũng đóng cửa. Vào Saigon, các bà lập ra trường Regina Mundi.

Bốn mươi bẩy năm đã qua, tưởng chuyện xưa đã quên, bây giờ viết lại, thấy nhớ bồi hồi và buồn khôn tả!

Một quãng đời đã qua, một trang sử đã lật, nhưng bóng dáng trường xưa, thầy cũ, bạn hiền... chẳng bao giờ có thể mờ đi trong tâm khảm!

Fairfax VA tháng 8/1999

TÙ VƯỢT BIÊN

Mùa thu năm 1978, gia đình tôi âm mưu vượt biên lần thứ ba.

Trước đó, chúng tôi đã hùn tiền mua chung một tầu đò ở Rạch Giá, nhưng hai lần ra đi đều thất bại, mất luôn tầu và suýt mất luôn cả nhà.

Lần này, trước khi đi, ông chồng tôi đi xem tử vi.

Ngày xưa, tử vi của ông ấy tốt lắm. Cung cư thê, lấy vợ là công danh lên như diều. Thêm cung nô bộc, lúc nào cũng tả phù hữu bật. Vì vậy chàng cứ đinh ninh là chỉ ngồi rung đùi, thì chuyện gì cũng xong ngon lành!

Ai ngờ, từ 1975, đổi đời thì vận cũng mạt... .Chuyến này coi như đánh một ván bài chót, vì tiền đã cạn. Đành hy vọng vào tử vi, xem toan tính lần này có được may mắn hơn không... thì ông thầy diễn giải như sau: cung mệnh vững, nhưng phải tán gia bại sản mới thoát. Tính ra đi chuyến này phải chi sáu mươi lạng vàng cho sáu người, mà cả nhà vét voi chỉ có bốn mươi lạng, phải đi vay mẹ hai mươi lạng. Rồi đi thì lẽ dĩ nhiên phải mất nhà.

Như vậy chẳng tán gia bại sản thì còn là cái gì?!

Lần này thành công một trăm phần trăm, ông chồng tôi hồ hởi tuyên bố, công an tổ chức thì chắc như bắp...

Lúc bấy giờ mới khai trường được mấy tuần, trẻ con đang đi học. Nếu tự nhiên biến mất là thế nào trường cũng phải khai báo với công an phường khóm . Còn đi vào dịp hè thì không phải lo phía trường, mà chỉ lo đối phó với công an. Dân vượt biên phải đề phòng mọi mặt. Đi xa phải có giấy tờ hợp lệ của nhà nước. Tiền chỉ mang đủ sài lúc đi đường. Nếu thất bại trở về, còn có mái nhà che mưa nắng, có trường cho trẻ con đi học, và có chút đỉnh tiền sống lây lất.

Nhưng lần này, không biết ma đưa lối qui đưa đường làm sao, chúng tôi đánh một ván bài cạn láng! Có bao nhiêu nữ trang mang đi hết, phòng lúc tới Mã Lai, Thái Lan hay Nam Dương còn mua đồ ăn thức uống cho con. Nhà cửa bỏ lại những thứ đáng giá, nhưng khó tẩu tán như tranh sơn mài, đàn dương cầm, tủ lạnh, máy giặt,v.v..

Thêm một lần nữa, mẹ con tôi đến nhà Huỳnh Tịnh Của để từ giã bố mẹ ông bà!

Chuyến đi được tổ chức tại Mỹ Tho, vào tháng

mười, do một người trong nhóm có bà con là thủ trưởng Công Ty Hải Sản tỉnh. Công ty này có một tầu đánh cá lớn. Mỗi tháng tầu ra biển một lần. Lúc đi chở lậu người vượt biên ra hải phận, lúc về mới lưới cá để hoàn tất công tác. Mấy chuyến trước đưa người qua Thái Lan đều chót lọt, tên thủ trưởng thu được vô số vàng, cứ mỗi người mười cây. Lần này hắn muốn làm một vố chót, trước khi bị bại lộ... vì đi đêm lắm cũng có ngày gặp ma.

Mọi việc được xếp đặt như sau: chúng tôi sẽ đi từng nhóm nhỏ vài ba người, kín đáo tới chỗ hẹn là một căn nhà bên bờ sông. Tầu sẽ tới vào chập tối. Xuống tầu, đàn ông phải trốn trong hầm chứa cá, đàn bà trẻ con được ngồi trên boong, nhưng phải yên lặng cho tơi khi đến chỗ an toàn mới được thong thả đi lại.

Để tránh sự dòm ngó của phường khóm, đến ngày X, gia đình tôi chia làm hai nhóm lần lượt ra đi. Chồng tôi đi từ sáng sớm, đến thẳng chỗ hẹn, rồi ẩn luôn trong nhà. Năm mẹ con tôi đến xế trưa mới đi, nhờ xe cậu em rể là Lê Tín, đưa xuống bến xe đò Mỹ Tho. Tới Mỹ Tho, chúng tôi thuê xe xích lô tới gần chỗ hẹn thì xuống đi bộ. Từ đường cái vào , phải qua một đường đất nhỏ chênh vênh, nhìn xuống hai bên toàn là mương nước và nhà cửa vườn tược xanh um của dân xóm. Nhà nào cũng đóng cửa im ỉm, nhưng trong cái im lặng hiền hòa đó, như có tiềm ẩn một đe dọa ghê gớm. Chúng tôi nín thở đi, có cảm tưởng như hàng trăm ngàn con mắt đang theo dõi mỗi bước chân. Một bà đi sau thầm thì: họ đang rình tụi mình đấy chị ạ. Tôi toát mồ hôi, người bỗng nổi gai... Lết được tới nơi chỉ định, thấy chồng đã ngồi đó, mới thở phào nhẹ được một phần. . Sau đó là màn chờ đợi, trong căn nhà lạ bên sông đầy những bộ mặt ưu tư trước cuộc phiêu lưu đầy bất trắc. Chờ đợi trong lo lắng cồn ruột gan, như con thú sợ người đi săn, bất cứ lúc nào cũng có thể sa vào bẫy!

Đến tối mịt thì có tiếng gọi: tầu đến rồi, sửa soạn xuống tầu. Lúc đó ai cũng mệt và đói lả. Lối ra bến sông cũng là một đường nhỏ giữa hai mương nước. Đèn đóm không có, người nào người nấy bước thấp bước cao nắm tay nhau dò dẫm đi. Tội nghiệp con gái lớn của tôi trượt chân ngã xuống mương, quần áo lấm lem ướt bùn mà vẫn không dám mở miệng kêu.

Vừa lên tầu, tôi đã thấy có cái gì không ổn!Tầu sáu blocs không thể nhỏ như thế này được! Linh tính cho tôi cảm thấy tai họa không xa . Quả nhiên, vừa ngồi yên chỗ thí có tiếng súng nổ thị oai, công an rầm rập lên tầu quát tháo: lôi chúng nó ra, trói chúng nó lại! Vứa lúc đó trời đổ mưa. Tiếng trẻ con khóc , tiếng người lớn thở dài tuyệt vọng, tiếng công an nạt nộ hòa với tiếng mưa rơi... tạo nên một hòa tấu thê lương, buồn não ruột...

Chúng tôi bị chuyển sang mấy ca nô nhỏ, đi đường sông tới khám lớn Mỹ Tho. Nhà tù này làm từ thời Pháp, rất kiên cố, trên bờ một nhánh sông

Cửu Long , có hai lớp tường dầy và cao bao bọc chung quanh. Khi chúng tôi tới nơi , qua cửa thứ nhất, thì bọn công an ra lệnh tất cả ngồi xuống hành lang, rồi lần lượt gọi từng người để khai báo tên tuổi và lục soát người cùng hành lý. Trong khi chờ đợi tới phiên mình , người nào cũng cuống quit lo tẩu tán chứng có vượt biên. Cái cống đằng sau chỗ chúng tôi ngồi chả mấy chốc đã lềnh bềnh vô số vàng , nữ trang và đô la... ! Công an quát hỏi của ai ..chẳng ai dám nhận! Chúng lột hết những gì đáng giá trên người chúng tôi. Hành lý cũng bị lục tung và những thứ cần dùng mang theo như thức ăn khô, thuốc men, giấy vệ sinh, băng vệ sinh v.v. đều bị tịch thu. Tôi chỉ kịp dặn chồng tôi khai riêng tên tuổi và địa chỉ giả trước khi chúng bắt đàn bà trẻ con phải ngồi riêng một chỗ.

Sau màn khám xét và tịch thu đồ đạc, chúng tôi phải đi qua cửa thứ nhì để vào sân trong nghe giáo huấn. Lúc bấy giờ đã khuya lắm. Trẻ con vừa đói vừa mệt, nằm la liệt trên mấy cái túi đựng quần áo. Người lớn phải cố nghiêm chỉnh ngồi nghe những lời giả tạo nhân đức của tên cán bộ, nhưng lòng dạ để đâu đâu, ngổn ngang trong lòng trăm mối buồn lo, vừa giận vừa ngao ngán . Lúc đó ai cũng mệt tới cái mức tê liệt rã rời, chỉ mong được ngả lưng mà ngủ quên trời quên đất, rồi ngày mai ra sao thì ra!

Đến gần sáng chúng tôi mới được đưa tới chỗ giam, sau khi đi qua nhiều sân rộng, quây xung quanh các phòng lớn nhỏ đầy tù nhân đang cố nhìn qua mấy cửa sổ có chấn song sắt , xem đám người mới tới là ai, có người nào quen không...

Phòng giam mẹ con tôi không lớn lắm, chừng mười thước dài và sáu thước rộng. Một tấm phản lớn chiếm hết chiều dài căn phòng, chỉ chừa lối đi khoảng một thước, và cuối phòng để trống một khúc cho mấy cái bô chứa tiêu tiểu về đêm. Khi bọn đàn bà trẻ con chúng tôi tới, thì căn phòng đã lúc nhúc những người là người , nằm chen chúc trên phản, dưới gầm giường, trên lối đi, đến nỗi chẳng biết đặt chân vào đâu, nói gì đến ngả lưng! Tên cán bộ quát: trưởng phòng đâu? Lo chỗ nằm cho mấy người mới tới. Lúc đó mới có sự xê dịch, mỗi người xích ra một chút. Cuối cùng, mẹ con tôi năm người, và hai gia đình cùng chuyến vượt biên gồm bẩy tám người nữa, cũng được nằm xuống ngủ qua đêm.

Sáng hôm sau tỉnh dậy , cứ tưởng mình nằm mơ! Cứ tưởng mình đang ở một đệ tam quốc gia nào đó, trù phú và tự do! Cứ tưởng tới được miền đất hứa, nơi nhân quyền và nhân phẩm con người được tôn trọng, trẻ con được học hành phát triển, ý kiến được phát biểu không sợ bị ai rình rập phê bình báo cáo...

Hóa ra mình đang ở trong tù!

Mấy bà bạn tù mới, cùng có giấc mộng không thành như mẹ con tôi, trào lộng đọc cho nhau nghe mấy câu thơ tếu:

Giấc mộng bôm nho khó quá đi!
Tỉnh dậy.. ôi thôi, chả thấy gì!
Chỉ thấy bo bo và bột luộc,
Rệp muỗi đêm ngày bạn cố tri!

Thế là chúng tôi bắt đầu cuộc sống trong tù.

Tù đàn ông bị giam riêng, không được thoải mái như tù đàn bà trẻ con. Suốt ngày đêm họ phải ở trong những phòng tối, cửa đóng im ỉm không được ra ngoài, trừ những ai xin đi lao động. Phòng giam chứa quá nhiều người, ban ngày còn đủ chỗ ngồi bó gối, nhưng ban đêm không đủ chỗ ngả lưng, người nọ nằm sát người kia, hít thở không khí tù hãm, cạnh những bô vệ sinh hôi thối. Mỗi ngày chỉ được một gáo nước , nên không tắm rửa được, thành ra đa số bị ghẻ lở và bệnh tật rất nhiều. Những người bị ghép tội nặng còn khổ hơn nữa. Họ bị biệt giam trong xà lim, chân tay bị cùm đến tê liệt.

Đàn bà trẻ con tương đối được nhiều tiện nghi hơn. Cửa phòng giam, sau tiếng kẻng thứ nhất đánh thức mọi người dậy buổi sáng, là được mở cho đến chiều . Trẻ con tha hồ được chạy ra chạy vào. Trươc cửa phòng là một sân nhỏ lát xi măng, xa nữa là một bể nước có vòi nước máy. Mỗi ngày bọn tù đàn bà chúng tôi được ra đó lấy nước hai lần. Sáng để rửa mặt đánh răng. Chiều để tắm giặt.

Sáng nào cũng phải ra sân ngồi chờ điểm danh. Thời gian từ lúc điểm danh cho tới giờ ăn trưa, ai muốn tình nguyện làm công tác nhặt thóc hay quét dọn thì được ra ngoài cho đến giờ cơm chiều mới về. Những người không làm gì thì phải vào lại trong phòng giam, nhưng cửa vẫn để mở, nên vẫn có thể ngó ra ngoài ngắm trời ngắm đất. Thời gian này cũng là lúc những người mới bị bắt bị gọi đi làm việc, tức là bị hỏi cung. Người nào bị gọi nhiều lần, coi là có tội nặng. Riêng tôi và bà Th., người tổ chức vượt biên, phải làm việc tới hai lần trong một ngày. Con trẻ quá mười lăm tuổi cũng bị gọi. Ngày đầu tiên, sau khi bị đi làm việc lần thứ hai về, tôi giật mình thấy con lớn tôi là Tú Anh bảo: con cũng phải gọi đi làm việc. Chết, thế con khai bố tên gì? Con khai bố là Trần văn Kiện! Vạ to rồi con ơi , mẹ khai bố tên khác... ! Cũng may, lúc đó tôi không hiểu sao lại nhanh trí, ngồi lê la nhỏ to tâm sự với mấy bà bạn cùng đi, cốt ý cho mấy mụ gián điệp nằm vùng nghe thấy, là tôi đào hoa có những hai đời chồng, vì thế mà con khai tên bố nó là ông chồng thứ nhất, còn tôi khai tên ông chồng thứ hai. Hồi hộp chờ mấy hôm không thấy bị gọi làm việc thêm, coi như vụ này được chìm xuồng.

Từ khi Cộng Sản từ Bắc vào chiếm miền Nam tháng tư năm 1975 và bắt đầu chế độ hộ khẩu, dân chúng phải mang sổ hộ đi xếp hàng mua lương thực của nhà nước, họa hoằn lắm mới mua được gạo, mà là gạo xấu trộn thóc , còn thường chỉ có bột mì và khoai sắn v.v.. Lâu lâu được một nửa cân thịt mỡ là hên lắm. Khoai sắn ăn không nổi thì bán rẻ bán đắt cho người ta nuôi heo, nhưng bột mì thì người miền Nam biết biến chế ra đủ thứ: làm bánh mì, bánh canh, bánh bao, mì sợi,v.v. nên cũng tạm tiêu thụ được qua ngày. Một hôm có bà chị họ từ Bắc vào thăm. Tôi hỏi khi lãnh được bột mì thì chị làm gì? Bà trả lời: thì luộc thôi! Cái gì là bột mì luộc nhỉ, tôi cứ thắc mắc mãi. Bây giờ vào tù thì mới biết cái món bất hủ đó!

Bột mì luộc được làm như sau: bột nhào với nước, nặn thành những cái bánh mỏng cỡ lớn bằng cái đĩa nhỏ, thả vào nước sôi luộc chin. Trong tù, mỗi người được phát một tô kẽm gồm hai ba cái bánh như vậy, trôi lềnh bềnh trong một thứ nước xám đục, ăn với muối. Hôm nào không có bột mì luộc thì được phát bo bo nấu thay gạo. Bo bo là loại ngũ cốc mà trước 1975, tôi chưa hề nghe tới. Ở các nước Âu Châu, loại thực phẩm này chỉ dành cho ngựa ăn.Bây giờ người thành súc vật! Cơm bo bo rất khó tiêu. Cháo bo bo còn tạm nuốt được, nhưng phải ốm mới được ăn. Thành thử trẻ con cứ thay phiên giả ốm, để cứu cái dạ dầy!

Mỗi ngày chúng tôi được nuôi hai bữa, bữa sáng lúc 10 hay 11 giờ, bữa chiều lúc 4 hay 5 giờ. Trong cả tháng trời bị giam, chỉ được ăn cơm có đúng một lần. Khi nghe nói là hôm nay có cơm có thịt, con tôi mừng rỡ chờ đợi xôn xao, y như được yến vua ban. Cơm hôm đó nấu bằng gạo đỏ lẫn sạn và thóc , thịt là một miếng mỡ nhỏ bằng ngón tay nổi lềnh bềnh trong một thứ nước đỏ nhờ nhờ!

Tuy gọi là thoải mái hơn tù đàn ông, nhưng chỗ

giam đàn bà không có phòng tắm hay phòng vệ sinh cũng kẹt! May mà cạnh phòng giam có một cái hẻm, phải che lối vào bằng một mảnh vải cũ, cũng tạm kín đáo nếu đầu hẻm kia không để trống. Đứng trên chòi canh, lính gác cố ý vẫn nhìn thấy được. Bởi vậy, mỗi khi bưng nước vào tắm, cứ phải vội vã nhìn trước nhìn sau, tắm vội tắm vàng. Hẻm không có ống cống, nên vô phúc người nào có kinh, giặt giũ tắm rửa làm nước dơ tràn ra là bị cán bộ mắng xối xả! Tiêu tiểu thì phải dùng bô, rồi đổ vào hố xí ngay trươc cửa phòng giam. Hố xí này được đậy bằng một tấm xi măng dầy, khá nặng, nhưng vẫn không bít được mùi hôi thối. Lâu lâu, hố đầy, chúng tôi phải hì hục mãi mới nhấc được cái nắp, rồi múc phân xách đi đổ xuống sông.

Cũng vì hố xí gần phòng giam quá, mà xẩy ra một chuyện cười ra nước mắt. Một đêm, trời mưa tầm tã. Mọi người đang yên giấc thì có tiếng la: Ròi, trời ơi, ròi vào nhiều quá! Tỉnh dậy thì ôi thôi... ròi trắng hếu lúc nhúc bò từ cửa leo lên mùng, chui vào chiếu, lềnh bềnh trong lu nước uống. Những người nằm ở lối đi gần cửa là khổ nhất, phải thu chăn chiếu, lấy chổi quét ra, nhưng cửa bị khóa! Gọi cán bộ, chờ cả tiếng đồng hồ, sau khi đã nạt nộ chán chê, mấy ông cán mới đủng đỉnh mở cửa cho bà con. Còn phát ngôn một câu xanh rờn: ròi mà cũng kêu! Thì ra mưa to quá, làm ngập hố xí. Phân và ròi bị nước dâng lên tràn ra ngoài, qua kẽ cửa vào nhà giam.

Hôm sau chúng tôi lại phải làm công tác múc phân đi đổ!

Vì sống thiếu vệ sinh như thế, nên trẻ con người lớn lần lượt ngã bệnh. Thông thường là ghẻ lở và tiêu chẩy. Thuốc thang không có, phải dùng muối bôi ghẻ, dùng chanh đánh gió nếu không có dầu nóng.

Ngày nào cũng như ngày nào. Sáng xếp hàng hứng nước rửa mặt đánh răng , trưa xếp hàng hứng nước tắm giặt cho con, lo cho con khỏi bệnh khỏi đói. Sáng nào cũng ngồi bó gối trước cửa phòng giam chờ điểm danh, cạnh hố xí! Đôi khi nhìn lên khung trời xanh thu hẹp, đằng xa thấp thoáng mấy cái cây gầy guộc sau chòi canh, buồn cảnh chim lồng cá chậu lại nhớ đến thơ Verlaine:

Le ciel est par dessus le toit
Si bleu, si calme
L'arbre, par dessus le toit
Berce sa palme
Mon Dieu, mon Dieu
La vie est là... !

Bên kia bức tường giam là đời sống, là tự do... . Những tiếng động của cuộc đời bên ngoài nghe gần mà xa lắc xa lơ... như ở một thế giới nào khác!

Qu'as-tu fait?
Toi que voilà?

Tôi đã làm gì cho đời tôi? Cho con tôi? Vận người vận nước đẩy đưa , đôi khi tỉnh giấc thấy mẹ con đang nằm dưới gậm giường, chuột bò bên cạnh rình mò thức ăn tiếp tế, rệp muỗi trong mùng thi nhau hút máu, chỉ biết thở dài ngao ngán... Làm sao ra đến nỗi này?! Bạn tù, ngoài những người phạm tội vượt biên, còn có cả tù trộm cắp giết người. Chẳng biết ai rình mò ai, chẳng biết tin ai. Tối tối, khi cán bộ đến khóa cửa phòng giam, thì lại có màn kiểm thảo từ lời ăn tiếng nói cho đến tác phong. Sau kiễm thảo thì có khi đọc truyện, cho những cái tai ngán ngẩm ngồi nghe! Khôi hài nhất là tù xã hội chủ nghĩa lại được nghe đọc truyện dịch Le père Goriot của Balzac!

Ngày tiếp tế là ngày độc nhất đem lại niềm vui. Vui vì có dịp gặp lại người thân, dù ngắn ngủi trong giây phút. Vui vì có thêm thuốc phòng bệnh và chữa bệnh , có thêm thức ăn bồi dưỡng . Nhưng cũng có kẻ buồn... Đó là những người tù mới, thân nhân chưa biết ở đâu để đến thăm, bị bỏ đói cả ngày vì ban quản lý nhà tù keo bẩn cắt cả hai bữa ăn hôm đó. Chúng tôi cũng ở vào trường hợp này, khi mới vào tù. Nhìn đàn con đỏ mắt chờ cơm, mãi chả có cơm, chung quanh ai cũng ê hề bánh trái , nhậu nhẹt tưng bừng, tôi chịu không nổi khi thấy con mình đói khát thèm thuồng nhìn người ta ăn uống, nên gọi tất cả vào ngồi quay đầu dưới gầm giường đọc kinh. Trong những lúc cơ cực như thế, đôi khi lại bừng lên ánh sáng một tấm lòng vàng. Hàn Tín được bát cơm Phiếu Mẫu, suốt đời ghi ơn nhớ nghĩa. Mẹ con tôi trong lúc bụng đói lòng lo, tự nhiên có một bàn tay đưa tới một quả chuối và một khúc bánh mì. Người hảo tâm ấy là chị của ca sĩ Khánh Ly.

Chúng tôi bị giam ở khám lớn Mỹ Tho đúng một tháng thì được tha.

Chủ mưu là bà Th. không được phóng thích, vì tội nặng. Chúng tôi, gia đình bà T. một mẹ ba con, gia đình tôi năm mẹ con, phải dắt theo ba đứa con bà Th., đứa nhỏ nhất mới có lên ba , lếch thếch bồng bế nhau ra khỏi tù, không một xu dính túi. May bà Th. có người bà con ở tỉnh, nên chúng tôi cứ liều thuê xích lô, đổ bộ đến nhà đó, rồi vay tiền trả xích lô và tiền mua vé đi xe đò về Saigon . Trên xe đò, còn ít tiền, mua mấy cái bánh tét nhân chuối cho con. Thấy chúng nó sung sướng ăn uống ngon lành mà lòng buồn rười rượi! Rồi tương lai chúng nó ra sao? Trước mắt chỉ thấy một đường hầm tối đen, chả thấy le lói tí ánh sáng nào ở phía bên kia...

Tới Saigon, khi gọi xích lô máy để về nhà cô em chồng ở Võ Tánh, không biết tôi tang thương đến thế nào, mà ông xích lô hỏi: thưa **cụ** muốn đi đâu ạ?

Giật mình... mà xót xa lòng!
Phong trần biến tóc điểm sương lúc nào?

Bây giờ mới thực sự là tán gia bại sản . Chồng còn trong tù, không biết ngày nào mới được ra. Căn nhà nhỏ bé che mưa nắng cho gia đình tôi ở đường Hiền Vương đã được mấy anh cán phường khóm hồ hởi quản lý. Nợ đầy đầu đầy cổ. Trẻ con không được đi học vì có tội vượt biên! Bố mẹ đã già mà còn phải gánh một đàn con cháu vô dụng!

Khi kể chuyện này cho một bà bạn già bên Pháp nghe, bà ngậm ngùi ngâm mấy câu Kiều:

Khi xưa phong gấm rủ là
Bây giờ tan tác như hoa giữa đường!

Thật ra tử vi của ông Kiện không sai, chính kẻ dẫn giải mới bé cái lầm!

Fairfax, VA, tháng 9, 1999

PULAU BIDONG

Đêm đêm, cứ vào khoảng 12 giờ, lúc mọi người trên đảo đã tắt những ngọn nến cuối cùng, những tấm thân mệt mỏi bắt đầu ngả xuống những cái giường ọp ẹp ghép bằng cành cây, thì tiếng hát lại vẳng lên buồn bã.

Việt Nam yêu dấu ơi, bao giờ thanh bình?

Biển chập trùng dồn sóng vào bờ . Đảo hoang như chiếc thuyền lênh đênh trên đại dương bao la vô tận. Tiêng hát như từ rừng khuya xót xa vọng lại, reo vào lòng những kẻ tha hương nỗi nhớ quê day dứt... Đêm nào cũng vậy, tiếng sóng và tiếng hát như ru hai con tôi vào giấc ngủ, nhưng tôi vẫn trằn trọc chẳng yên.

Hết chiến tranh rồi mà sao chẳng thấy thanh bình? Chỉ thấy hận thù ngùn ngụt... để bao nhiêu người phải bỏ nước mà đi...

Mẹ con tôi bỏ nước mà đi vào tháng ba năm 1979. Sau chuyến vượt biên hụt ở Mỹ Tho mùa thu năm 1978. Ở tù ra , mất nhà mất cửa, tôi và 4 con phải về nương nhờ bố mẹ. Chồng còn ở tù, trong tuí một xu không có, tôi phải làm kem chuối bán lấy tiền thăm nuôi chồng. Và vận may tới dần... . Nếu tin vào tử vi của ông chồng tôi: có táng gia bại sản mới thoát được ngục tù cộng sản . Bỗng nhiên, ông anh chồng đề nghị mang hai đứa con lớn của chúng tôi đi bán chính thức cùng với gia đình ông. Và cả nhà đã an toàn tới được đảo Galang, Mã Lai... kịp ăn lễ Giáng Sinh năm đó. Rồi không mở miệng vay mà một bà chị họ cứ dúi vàng vào tay để lo cho ông chồng thoát ngục tù. Đầu năm 1979 , chồng tôi được tha. Số vàng còn lại chỉ đủ một chỗ cho chồng tôi đi, nên tôi cố sức tìm được chỗ tin cậy để ông có cơ hội vượt thoát. Tôi chấp nhận ở lại với hai con nhỏ, ở lại phụng dưỡbg cha mẹ già... .Nhưng cây muốn lặng mà gió chẳng đừng! Tự nhiên có người đến nhường chỗ của ba mẹ con bà ta cho mẹ con tôi trên một chuyến tầu bán chính thức. Tôi từ chối không muốn mang thêm một món nợ nữa, nhất là bỏ chồng ở lại một mình, nhưng chồng tôi nhất định bảo tôi phải đi, nhắm mắt mà đi...

Thế là chúng tôi đi...

Sau 5 ngày 5 đêm lênh đênh trên biển, và sau hai tuần tạm trú trong trại lính Mã Lai , chúng tôi được đưa bằng ca nô đến Pulau Bidong.

Pulau Bidong là một trong những đảo hoang của Mã Lai. Đảo này có cây rừng rậm rạp, và những ngọn đồi thoai thoải không cao lắm. Vì không có nước ngọt nên trước đây không có sự sống, ngay cả chim muông cũng vắng bóng . Từ khi người vượt biên dồn dập tới xứ này, càng ngày càng đông, thì bị đổ tới tạm trú ở đây.

Khi chúng tôi đặt chân lên đảo , trời đã xế trưa. Bước lên cầu tầu thấy cái đảo hoang chẳng hoang vắng tí nào... toàn những người đàn ông mình trần đen bóng tất bật đi lại, đông như kiến. Nóng hầm hập cái nóng của miền nhiệt đới, ngột ngạt làm như muốn say. Nhìn lên phía trước đảo, chỉ thấy san sát những căn nhà kết bằng cây chắp nối dựng lên để tránh mưa nắng. Rải rác khắp nơi, bất cứ đâu có đất bằng phẳng đủ làm nền, là có nhà.

Mẹ con tôi dắt díu nhau lên bờ. Nhìn quanh, chẳng thấy ai đón chẳng thấy ai chỉ dẫn! Tự hỏi sẽ làm sao mà sống, chỗ nào mà trú mưa nắng với hai đứa con thơ?! Đang hoang mang thì thấy một người đàn ông đứng trên bờ chăm chú tìm người quen trong những thuyền mới tới . Nhìn kỹ hóa ra anh Ngọc, kỹ sư làm cho chồng tôi ở công ty thủy tinh ngày xưa. Tôi mừng quá gọi : anh Ngọc anh Ngọc. Anh ngẩn người nhìn người đàn bà gầy gò, đen đủi, quần áo xốc xếch ... là tôi, một hồi lâu mới nhận ra, rồi mừng rỡ kêu lên : chị Kiện!

Đang bơ vơ lại gặp quí nhân! Chúng tôi được anh đưa về nhà, nhường cho mẹ con tôi chỗ ngủ của bố con anh. Đó là một nửa cái hành lang ngắn và hẹp , chiều ngang chừng một thước, trong 1 căn nhà nhỏ bằng cây, chỉ đủ chỗ ngả lưng nhưng phải nằm bó gối. Ở đó vài hôm được anh săn sóc cho ăn cho uống... cho đến một hôm, tôi bắt được cái nhìn bực bội của bà em anh. Anh quả đã quá tốt với chúng tôi, nhường thức ăn chỗ ngủ cho mẹ con tôi, tôi không thể lạm dụng lòng tốt đó thêm được nữa. Vấn đề là làm sao tìm được chỗ trú ngụ đây? Những gia đình đi đông đủ, có chồng có con trai mạnh khoẻ, còn có thể đốn cây chặt lá dựng tạm cái lều che thân. Mẹ con tôi chân yếu tay mềm, hoàn toàn bất lực! Hóa ra , ngoài việc tiếp tế thức ăn (gần như toàn đồ hộp) và nước ngọt, dân tị nạn bị đổ xuống đảo, mạnh ai tự tìm chỗ ở lấy, sống chết mặc bay...

Chắc những người đầu tiên đặt chân lên đây đã phải rất vất vả khai phá đảo hoang này, lấy sức lao động chặt cây đốn cành, dựng tạm một nơi để ở qua ngày. Họ phải đào giếng để lấy nước tắm giặt, kiếm củi để đun nấu, phá rừng làm đường. Trong căn lều thô sơ, giường nằm có khi chỉ là đất đắp, nhưng phần nhiều làm bằng những cành cây nhỏ đan lại với nhau .

Mẹ con tôi cám ơn anh Ngọc, ra đi, nhưng chẳng biết đi đâu! Đang lang thang thì bỗng nhiên con gái lớn tôi kêu: mẹ ơi, ai như chú Đúng! Quay lại nhìn, thấy ven đường có một cái lều lụp xụp dựng bằng một miếng ni lông mầu xanh. Một cặp vợ chồng đang núp nắng, vợ bụng to vượt mặt, chồng ôm con bé lên ba đang khóc đòi ăn... .

Tôi mừng quá chạy lại .

Hai mảnh tang thương cảm động nhìn nhau.

Tôi gặp chú Đúng ở trại tạm trú quân đội. Gia đình chú ở căn lều bên phải lều của tôi. Lúc mới tới, thức ăn tiếp tế phải ba ngày mới đến tay người tị nạn. Mẹ con tôi chẳng có gì ăn. Trong túi vải mang theo chỉ còn ít đường phèn và ruốc. Lều bên trái toàn các ông bà VN thương tín, thổi cơm thơm phức. Là chỗ quen biết, nhưng đã không cho con tôi đến một thìa cơm nhỏ, mà một cô còn mở miệng xin tôi ruốc để ăn cho ngon ! Đang ngồi quây lại ôm nhau nhịn đói, thì có tiếng nói từ lều bên phải : chị cho em mượn cái ca. Tôi lục túi lấy cái ca nhựa đưa cho chú, tưởng chú không có đồ đựng thức ăn. Ai ngờ chú đưa lại cho 1 ca cháo nóng hổi: chị và các cháu ăn lấy thảo. Cả nhà chú chỉ có một ít gạo đủ để nấu cháo trong 1 cái lon trái cây hộp cao chừng 1 tấc rưỡi , vậy mà chú đã nhín bớt ăn để chia với mẹ con tôi. Thế mới biết ở đời , tuy hiếm hoi, nhưng vẫn còn những tấm lòng vàng.

Cho nên, khi rời trại lính để đi Pulau Bidong, tôi dặn chú là ở đâu thì cho mẹ con tôi ở chung. Gặp chú lúc này, tôi mừng như sắp chết đuối vớ được cái phao! Tôi hỏi ngay: chú đã tìm được chỗ ở chưa? Chú nói đã hẹn mua một căn của 1 gia đình được đi định cư , giá 300 đô la, trong đó có 1 giường gỗ và 1 giường bằng đất đắp. Chú sẽ chia đôi chiếc giường gỗ cho tôi 1 nửa, và chỉ lấy 100 đô la. Có hai chỉ vàng mẹ cho, tôi đưa cả cho chú.

Thế là chúng tôi bắt đầu cuộc sống trên đảo.

Sau khi làm giấy tờ khai báo với Ủy Ban điều hành trại tị nạn, chúng tôi được phát 2 cái soong nhỏ và thức ăn tiếp tế gồm gạo, cá hộp, đậu hộp, đậu xanh, hành tỏi khô, trứng tươi và đường. Mỗi tuần họ phát nước ngọt một lần, nên tôi nhận việc xách nước giếng về cho mọi người tắm rửa, còn chú Đ. đi lãnh nước ngọt cho nước uống và nấu ăn. Nấu ăn thì phải kê 3 hòn đá lại làm bếp, và phải lên núi nhặt cành cây khô về nhóm lửa. Vệ sinh thì mỗi lần muốn gặp bác Hồ phải lên núi tìm bụi rậm chui vào. Cũng may chú Đúng rất khéo tay, nên chúng tôi được chú làm cho 1 nhà tắm bằng cành cây ghép , bao quanh bằng những túi gạo, ngay chỗ đất trống cạnh nhà. Cái giường cũng được chú ngăn đôi bằng cây ghép và chân giường lắp thêm một khúc cây ghép nữa cho có chỗ duỗi chân.

Khi tới ban điều hành làm giấy tờ, tôi tình cờ gặp được mấy người cháu họ Trần , con anh chị Hoàn. Nhờ đó mà cháu Nga trước khi đi định cư ở Mỹ, đã cho mẹ con tôi 1 cái chăn dạ xám và một ít thuốc cảm, vì cháu là dược sĩ. Còn ít tiền mang theo, tôi mua được một cái màn nên cũng đỡ muỗi, nhưng cái giường ít lâu sau lại bắt đầu có rệp!

Đảo càng ngày càng đông. Người đi thì ít, người đến thì nhiều. Vấn đề vệ sinh càng ngày càng khó khăn. Ngọn đồi ngập ngụa mùi xú uế, chẳng còn bụi rậm nào để chui vào. Cành khô cũng khan hiếm mà không có tiền mua củi. Cũng may , trước khi chúng tôi rời đảo, thì một dãy nhà vệ sinh bắt đầu được dựng lên, ở ven núi, gần sát bãi biển chỗ tầu cập bến.

Băng đảng cũng bắt đầu hoành hành , dọa nạt những người thế cô để làm tiền và phục vụ bọn chúng ăn nhậu . Em trai của chú Đúng cũng a dua với bọn này, lắm khi dắt chúng về nhà ăn nói ba hoa ồn ào. Tôi tỏ vẻ khó chịu ra mặt, nhưng chúng lại nể tôi, vì thằng chúa đảng muốn tôi dậy cho mấy câu Anh văn còn le với gái. Cũng vì băng đảng mà suýt nữa thằng em của chú Đúng không được theo anh đi Úc, nếu tôi không viết cho một lá thư gửi phái đoàn Úc, biện hộ cho tình cảnh của họ.

Ba tháng qua, sức khoẻ mẹ con tôi mỗi ngày một kém, nhất là Như An, con bé lên mười, vì không đủ dinh dưỡng . Ăn toàn đồ hộp làm ở Mã Lai, tuy có thêm trứng nhưng vẫn thiếu rau trái tươi. Lâu lâu bán bớt gạo mua cho con được vài quả táo , thì lại phải ăn rất dè sẻn, không kể phải chia cho con bé lên ba của chú Đúng . Mỗi lần cắt táo thơm phức, nó lại lân la đến gần, nhìn thèm thuồng đến tội nghiệp. Cho nên , khi sinh nhật Nhi 14 tuổi vào tháng năm, quà của nó là nguyên một quả táo, không chia cho ai! Tháng năm cũng là tháng tôi phải đưa cô Đúng đi đẻ. Cô sinh con trai, đặt tên là Bi Đông.

Về vấn đề đi định cư, chị tôi có bảo lãnh cho tôi sang Pháp, và một bà bạn ở Canada lãnh tôi đi Canada. Nhưng vì hai con lớn của tôi đã được đi Mỹ, nên khi phái đoàn Canada và Pháp phỏng vấn, chấp nhận cho nhập cảnh thì tôi đều từ chối. Biết là đi Mỹ phải chờ lâu lắm, thường là 1 năm, nhưng biết làm sao! Có người chờ mòn mỏi cả mấy năm mà vẫn dậm chân tại chỗ. Vì vậy, khi nhận được thư bà chị báo là chồng tôi đã tới Nam Dương, tôi quyết định nhận lời đi Pháp, trước khi sức khoẻ của mẹ con tôi suy sụp. .

Chúng tôi tới Pháp tháng bẩy năm 1979, sau 4 tháng ở đảo.

Mấy năm sau này, hình như đảo Bidong đã được sửa sang xây cất khang trang hơn trước. Những người tới sau chắc được hưởng nhiều tiện nghi hơn chúng tôi.

Dù sao, tôi không bao giờ quên nơi đây đã cưu mang mẹ con tôi và bao nhiêu người khác trong bước đầu của hành trình vượt thoát, để tìm tự do.

Tháng tư năm 2015, kỷ niệm 40 năm sau khi miền Nam bị mất, con bé lên 10 ngày xưa viết:

"Forty years ago, on April 1975, Saigon fell. No matter which "side" you were on and what ideology you follow, it was a historic day. Everyone's life dramatically changed after that day. Every Vietnamese born before 1970 will have a story about that moment in history. My family didn't leave until 1979, with only the clothes on our back. We lost everything but we were among the lucky ones. We were caught and sent to prison but we kept trying. When we did escape, our boat was not attacked by pirates, and we did not perish at sea. From my parents, I learned the true meaning of sacrifice, perseverance , and

faith. I learned to find glimmers of hope and humor even in grim and dark moments. It is not events that define us, it's how we respond to those events that define who we are... "

Mclean 12/2017

AMIENS

Amiens là thủ đô của miền Haut-de-France, thuộc miền Bắc nước Pháp. Ngày xưa là thủ đô của miền Picardie đất ruộng mênh mông bằng phẳng, thẳng cánh cò bay. Cách Paris chỉ 120 cây số, thành phố này sống hiền hòa trên bờ sông Somme

Mẹ con tôi tới Amiens vào cuối hè năm 1979, từ đảo Pulau Bidong, Mã Lai, sau một tháng ở trung tâm tạm trú cho các dân tị nạn, ở Paris. Lúc bấy giờ hai con lớn của tôi đã may mắn được định cư tại Mỹ với gia đình ông anh chồng. Tôi và hai con nhỏ, một đứa 14 tuổi, một đứa mới lên 10, đi tháng ba năm sau. Cuối cùng là chồng tôi đi sau chót và đã tới được Nam Dương. Gia đình sáu người tan tác như hoa rụng bèo trôi , nhưng cuối cùng cũng tới bến, chỉ còn chưa được đoàn tụ.

Trung tâm tị nạn Amiens (Foyer des réfugiés) là một tu viện cũ, trên đường Rue des Augustins. Trung tâm này , với sự trợ cấp của chính phủ, do một ông cha Pháp cai quản, đặc biệt giúp đỡ những người vượt biên từ Việt Nam, Lào và Cao Mên . Đa số là người Việt gốc Triều Châu từ Bạc Liêu và Cà Mâu . Một số nhỏ là người Việt sinh sống từ lâu ở Lào, theo đường bộ xuyên rừng qua Cao Miên đến Thái Lan chờ Ủy Hội quốc tế cho phép đi lập nghiệp ở một nước đệ tam.

Lúc bấy giờ mới là tháng tám, nhưng thời tiết cũng đã chớm lạnh rồi... cái lạnh nhè nhẹ của thu vàng và gió heo may, của bầu trời đầy mây xám, của cây lá bắt đầu đổi mầu, không vàng đỏ huy hoàng như rừng thu bên Mỹ, mà là mầu nâu buồn của thảo mộc đang rũ chết.

Cảnh đã buồn mà lòng lại sẵn bao nhiêu hoang mang lo lắng cho tương lai, nên mẹ con tôi lúc bấy giờ đâu có cái háo hức lần đầu được đặt chân tới Âu Châu , để mà tò mò tìm hiểu cái hay cái đẹp của miền đất này.

Đó là điều mà tôi sau này còn tiếc mãi !

Lúc đó, dưới mắt mẹ con tôi, Amiens không có gì đặc biệt ngoài mấy nhà thờ xây từ thời Trung Cổ. Từ Paris đi xe hay tầu hỏa tới Amiens, phong cảnh chẳng có gì thơ mộng, chỉ thấy hai bên đường những cánh đồng nối tiếp nhau, đều đều, bằng phẳng đến nhàm chán. Đường phố trong tỉnh vắng ngắt, khép kín lạnh lùng, không có cái không khí rộn ràng cởi mở như ở Paris hay miền Nam nước Pháp mà tôi vẫn hằng mơ ước và tưởng tượng.

Thật ra, sau khi thoát khỏi Việt Nam , lê tấm thân tàn tới miền tạm dung này, sau những ngày nếm mùi ngục tù cộng sản và sự tàn nhẫn của người đối với người trên chuyến tấu vượt biên, tôi chán chường cho tình đời, nên chỉ chú tâm lo sinh tồn, lo dậy cho con đủ chữ Pháp để được đi học, lo nhặt nhạnh đủ áo ấm cho con khỏi rét trong cái lạnh miền Bắc, lo cho con ăn đủ để khỏi bệnh tật. Thế thôi, lòng dạ nào mà còn làm du khách!

Khi tới Pháp vào đầu tháng bẩy, tôi đã có cơ hội gặp chị tôi đang sinh sống ở ngoại ô Paris là Champs-sur-Marne, từ 1975. Chị tôi có khuyên tôi nên chờ xin đi Lagny, một trại tị nạn gần Paris, cho chị em gần nhau. Tôi tiếc đã không nghe lời chị, lại nghe lời cô cháu làm assistante sociale, đến đây tạm trú. Ở Paris đầy bà con họ hàng, bạn bè . Mang con đến chỗ xa lạ này, chẳng ai quen biết, thấy cô đơn hụt hẫng và không cảm thấy an toàn.

Hai tuần đầu, cô cháu thu xếp cho mẹ con tôi một căn phòng khá rộng, biệt lập ở trên lầu, rồi cô về Paris nghỉ hè. Đã tưởng có chỗ yên tĩnh dậy học cho con, ai ngờ mới được hơn một tuần thì Claude, một assistante sociale người Pháp, chuyển mẹ con tôi xuống dưới nhà, vào một căn phòng rộng lớn được chia làm nhiều phòng nhỏ. Gọi là phòng, nhưng thật ra chỉ là một khoảng không gian được quây lại bằng mấy mảnh gỗ thay cho tường, cửa là một bức màn vải hoa. Cái gọi là tường đó chỉ cao hơn đầu người một tí, nên tất cả hỉ nộ ai lạc của những mảnh đời tị nạn đều bốc lên trên trần cao, và tấm màn che cửa mỏng manh đó không đủ che lấp được những tiếng cười tiếng khóc của thân phận con người.

Thì ra, thừa dịp cô cháu tối vắng mặt, đồng nghiệp của cô dằn mặt cô bằng cách hành gia đình bà thím!

Sau này, khi có dịp đụng chạm với người Pháp trong lúc làm việc với họ, tôi lại càng thấy thấm thía việc này. Hành vi sợ cấp trên, bắt nạt cấp dưới gần như công sở nào cũng có. Cho đến bây giờ, nhiều khi hãy còn ngạc nhiên không ngờ sao có nhiều người lại có thể có tâm địa nhỏ nhen đến thế!!

Hết tháp ngà cung cấm, chúng tôi bắt đầu hòa mình vào trần gian bon chen. Suốt ngày phải nghe , vọng ra từ những cái hộp gỗ, những tiếng eo sèo của cuộc sống hằng ngày, vui buồn có, tiếng bấc tiếng chì cũng có. Đặc biệt là những hoạt cảnh ái tình lẩm cẩm. Những màn đuổi bắt nhau, những đối thoại nhát gừng đôi khi không cần thiết. Hình như có những người Pháp thích của lạ, dù của lạ không có ngôn ngữ để phát biểu! Mấy cô đầm non, hãy còn đi học, suốt ngày chạy theo mấy anh chàng người Việt gầy gò nhỏ thó. Có anh sợ quá, muốn trốn mà chả biết trốn đi đâu... "Bác ơi, làm ơn nói hộ với cô ấy là cháu ốm" "Bác ơi, con sợ quá, làm sao đây?" Đầm non thì thế, đầm già hơn, phần nhiều là trợ tá xã hội làm việc ở đây, thì bám lấy bất cứ người đàn ông nào độc thân, nhất là mấy anh

Tầu Triều Châu đẹp trai.

Trong cảnh hỗn mang đó, tôi giữ con tôi trong phòng, dậy chúng học tiếng Pháp cho kịp ngày khai trường sắp tới. Chúng tôi sống khép kín. Ngoài những giờ ăn, con tôi phải học từ sáng đến chiều.

Trung tâm cho ăn ngày ba bữa. Phòng ăn ở từng dưới cùng của tu viện. Mỗi gia đình được xếp ngồi một bàn nhất định. Sáng điểm tâm, trên bàn để sẵn bơ, mứt trái cây và bánh mì. Sữa và cà phê được nấu riêng trong những nồi thật lớn, lúc nao cũng nóng hổi. Ai muốn uống thì mang tô ra múc. Cuối tuần mỗi gia đình tị nạn lại được phát cho tiền tiêu vặt, tủy theo số người trong gia đình. Tôi nhớ hình như mẹ con tôi được 100 francs.

Ngày chủ nhật, chúng tôi đi bộ tới nhà thờ chánh tòa gần đó để xem lễ. Đây là ngôi nhà thờ nổi tiếng của Amiens, Amiens Cathedral, xây từ thế kỷ thứ mười ba, theo kiểu gothic cổ xưa. Bên trong rất tráng lệ với những ghế ngồi bằng gỗ trạm trổ công phu. Cửa ngoài được điêu khắc tỉ mỉ tượng Đức Giê Su, Đức Mẹ và các Thánh.

Trung tâm tị nạn chúng tôi ở cũng có nhà nguyện, và ngày chủ nhật nào cha giám đốc trung tâm cũng dâng lễ, nhưng chúng tôi rất ít dự lễ ở đó. Không khí trong trung tâm lúc nào cũng ảm đạm, tôi muốn con tôi ra ngoài nhiều hơn, cho thoáng khí, cho bớt tù túng. Khi trời đẹp, mẹ con lại xuống phố. Amiens là một tỉnh lớn của Picardie, nên khu thương mại gồm nhiều đường phố khang trang, với nhiều cửa hàng lớn nhỏ rất đông vui. Đang ở đảo tị nạn sống như thời tiền cổ, tự nhiên được đi dạo ở một đất nước văn minh, tự do, hàng hóa trưng bầy đầy tủ , thức ăn đầy chợ chẳng thiếu thứ gì, cảm thấy như nắm bắt trong khoảng khắc được một chút hạnh phúc, một thoáng hy vọng cho tương lai còn mong manh.

Lúc bấy giờ nước Pháp đang có cả triệu người thất nghiệp . Sống ở tỉnh nhỏ lại càng khó tìm việc hơn! Đa số dân tị nạn ở đây ít học, không biết tiếng Pháp. Tương lai của họ sẽ chỉ là những công việc chân tay nặng nhọc trong những điều kiện sinh sống thiếu tiện nghi. Nhiều làng mạc hẻo lánh ở Pháp hãy còn nghèo nàn, nếp sống cổ lỗ. Phần lớn nhà và trang trại không có phòng tắm và nhà vệ sinh bên trong. Mùa đông thiếu sưởi lạnh cóng. Đa số các thanh niên Việt Nam ở trung tâm bị gửi đi làm phu sửa đường, phụ làm công việc đồng áng... .. nhiều người chịu không nổi phải trốn về.

Đã tưởng sống lặng lẽ khép kín như thế thì được yên thân, nhưng vì biết tiếng Pháp, nên mẹ con tôi bị xếp ngồi ăn cùng bàn với hai thanh niên Pháp.

Ở một nơi chứa toàn người Á Đông tị nạn cộng sản, từ Đông Dương tha hương cầu thực đến đây, tự nhiên lạc loài hai anh chàng Pháp chính cống, kể cũng lạ! Nhìn cách ăn mặc của họ, áo blouson da mầu đen bóng loáng loại rẻ tiền, quần jean bạc mầu, cách ăn nói không phải là người có học, tôi đoán trung tâm này, trước là một tu viện, có thể một thời đã là trại cải huấn cho các thanh thiếu niên phạm tội. Và những người này có thể là những người còn sót lại, chưa được giải quyết.

Patrick là một trong hai người này.

Hắn rất dễ thương. Mỗi khi mẹ con tôi đi Paris thăm bà chị, hắn xách đồ ra ga cho chúng tôi. Thấy hắn đến thăm luôn, tôi ngại hắn để ý đến đứa con mười bốn tuổi của tôi, nên rất cẩn thận đề phòng.

Các con tôi bắt đầu nhập học tháng 9. Khi tới Pháp, cháu bé lên 10 không biết một chữ Pháp nào. Cháu lớn 14 tuổi thì tuy đã biết ít nhiều, nhưng tôi vẫn dậy lại từ căn bản cho cháu nắm vững văn phạm. Vì vậy mà khi xem sách tôi dậy, các bà sơ tưởng là trình độ con tôi rất thấp, nên xếp con bé lớn vào lớp 6è, bé em lớp 9è.

Sau một tuần, có điện thoại từ trường của bà sơ lớp 6è: tôi có lời khen bà, cháu viết dictée không có một lỗi nào.

Các con tôi học được hai tuần thì bà sơ ở trung tâm bảo tôi: thấy bà biết tiếng nên tôi đã tìm việc cho bà ở Beauvais. Làm thư ký. Tự nhiên tôi bật khóc như mưa! Tôi không muốn kẹt lại ở miền đất này. Tôi không muốn lại bật rễ để đi tới một tỉnh xa lạ khác... ! Thư ký đã năm cha ba mẹ, mà thư ký lại không biết đánh máy như tôi thì sẽ ra sao?! Tôi từ chối. Bà sơ ngạc nhiên, việc tốt thế mà không nhận?

May thay, mấy hôm sau, tôi nhận được điện thoại của bà thầy cũ ở Couvent des Oiseaux, trường xưa của tôi, bà Jean Marie.

Bà bảo: mẹ đã tìm được việc cho con rồi đấy, ở Paris 2è . Con tới điạ chỉ này... nói là de la part de Mr Deguen.

Quần áo chẳng có. Lên Paris mượn bà chị cái áo veste và đôi giầy.

Vào interview . Ông xếp nhân viên chỉ hỏi vài câu, rồi nói: Vous parlez bien le francais, apparemment!

Thế là tôi có việc ở Paris.

Sở tôi là Caisse nationale des marchés de L'Etat. Chỗ tôi làm là một thư viện nhỏ toàn sách về luật và kinh tế.

Tôi xin cho các con tôi nghỉ học, về Paris ở tạm nhà bà chị một thời gian và xin cho con học ở lycée gần đó. Tôi tự cho con tôi lên lớp: con bé lớn vào 5è, bé em vào 8è.

Et j'ai crié, crié... Aline... Aline... pour qu'elle revienne Et j'ai pleuré, pleuré... Oh! J'ai trop de peine...

Tiếng hát vọng lên từ phòng bên cạnh, chỉ cách phòng tôi bằng một cái tường bằng gỗ. Tôi giật mình tỉnh dậy, chạy sang kéo màn cửa , suýt nữa rú lên khi thấy thằng Patrick nằm lù lù trên giường con tôi. Tôi nói như quát: tại sao mày lại nằm đây?

Nó chỉ nhìn tôi buồn rầu... rồi lẳng lặng bỏ đi.

Đêm đó là đêm cuối cùng tôi ngủ lại trung tâm cho những người tị nạn ở Amiens. Tôi về đó, một mình, để lấy nốt một số đồ chưa kịp mang đi. Khi được tin có việc làm ở Paris, tuần trước tôi đã đưa hai con và một số hành trang đi trước, gửi nhà bà chị tại Champs. Tôi về Amiens để thu dọn hai căn phòng mẹ con tôi tạm trú từ hai tháng nay.

Trưa hôm sau, trời mưa tầm tã. Đang sửa soạn chào tạm biệt thì có tiếng ồn ào ngoài hành lang. Nhìn ra thì là thằng Patrick. Hắn say rượu chạy như điên ra ngoài mưa, miệng lảm nhảm: elle est femme de ministre... elle est femme de ministre...

Tôi chợt hiểu. Cô cháu đã nói gì về thân phận tôi?! Và rùng mình ghê sợ cho cảnh sống xô bồ chung đụng của trại tị nạn này, đầy những đam mê phức tạp của con người đủ mọi thành phần, vàng thau lẫn lộn...

Vì thế, mỗi khi nghĩ tới những ngày sống ở Amiens, tôi chỉ toàn thấy một mầu đen ảm đạm, mà không biết là ở đó Jules Verne đã sống, ở đó có những đường phố thật thơ mộng trên bờ sông Somme... và nơi này là một thành phố lịch sử nổi tiếng về nghề dệt, nhất là dệt thảm . Đặc biệt hơn nữa là những ngôi nhà thờ từ Trung Cổ đã được coi như gia tài của thế giới World Heritage Site.

Mclean 12/2017

RUE DE SEINE

Ngày xưa, khi học thơ Apollinaire , tôi vẫn hằng mơ tới kinh đô ánh sáng Ba Lê, tới ánh đèn mầu lung linh của những chiều đô thị, say sưa bên ly rượu gin:

Soirs de Paris, ivre de gin et d'électricité

Tôi mơ tới sông Seine với những chiếc cầu thơ mộng vắt ngang hai bờ đầy đền đài lịch sử, những chiếc cầu đã chứng kiến bao nhiêu cuộc tình nổi trôi theo giòng nước , với những buồn vui nối tiếp triền miên

Sous le pont Mirabeau, coule la Seine
Et nos amours... .

Thế rồi giấc mơ của tôi cũng thành sự thực.

Tôi đã được sống ở Ba Lê hai năm, từ 1979 tới 1981..

Nhà của tôi cũng gần sông Seine... nhưng sông Seine của tôi thuộc xóm nghèo khu Boulogne

Billancourt, nơi có nhiều thợ thuyền sinh sống, đa số làm cho hãng sản xuất xe hơi Renault. Khúc sông ở đây buồn lắm... lặng lẽ trôi qua hai bờ chen chúc những chung cư rẻ tiền, tiêu điều ảm đạm. Cái cầu xi măng vắt ngang cũng ủ ê như những người đàn bà áo đen lầm lũi đi ngang..

Thơ của Apollinaire cũng đã tan theo vàng son của một thời đã mất. Từ 1975, phải chiến đấu cho sự sống còn đã làm cho tôi khô cằn như sỏi đá... . Tâm trí chỉ những lo toan cho hàng ngày dùng đủ , cho con có cơ hội học hành ...

Nhà của tôi ở phố Rue de Seine, cũng nhỏ hẹp tồi tàn như những nhà khác ở khu ngoại ô thợ thuyền này. Nhưng so với những ngày không nhà không cửa sau khi ở tù ra từ năm 1978 , mẹ con tôi vẫn thấy hạnh phúc , vì lâu lắm mới có một cõi riêng, dù chỉ là hai căn phòng nhỏ, không có cả điện thoại và tủ lạnh.

Từ khi đến Pháp vào tháng bẩy năm 1979, chúng tôi đã tạm trú một thời gian ở Amiens . Tới cuối tháng 9 thì tôi có việc làm ở Paris, do Mẹ Jean Marie giới thiệu. Sở tôi làm khá xa, ở tận trung tâm Paris. Đây là một cơ quan bán công, thuộc bộ Tài Chánh, tọa lạc Rue de Gramont, quận 2. Cơ quan này có nhiệm vụ nghiên cứu và xét các dự án đầu tư của các cơ sở thương mại nhỏ và cỡ trung, mục đích giúp họ vay tiền các ngân hàng để đầu tư.

Vì không có quốc tịch Pháp, nên tôi không có

ngach trật chức vụ gì, chỉ là nhân viên tạm mướn với lương tối thiểu. Tôi được chỉ định giúp việc cho bà Marro, thuộc phòng nghiên cứu kinh tế, có nhiệm vụ cung cấp tài liệu và bảo quản một thư viện hành chánh lưu trữ sách luật và thương mại. Phòng làm việc của hai thầy trò ở ngay trong cái thư viện nhỏ này, gồm hai bàn làm việc đối diện với các kệ sách cao tới trần nhà .

Tháng đầu, tôi chỉ có công việc đọc báo hàng ngày để theo dõi các tin tức về những chương trình và kế hoạch canh tân trong thương trường, thấy bài nào hay đáng chú ý thì cắt rồi dán vào hồ sơ. Khi bà Jean Marie hỏi tôi làm gì, tôi bảo tôi cắt báo và dán vào tập bìa giống con nít làm thu công (je fais du découpage) , thì bà buồn năm phút, vì bà giới thiệu tôi có formation juridique, tưởng tôi sẽ có việc gì tương đối khá ! Có biết đâu bằng cấp Việt Nam ở Pháp, cũng như ở Mỹ hay các nước tạm dung khác, chả có giá trị gì. Riêng tôi, lúc bấy giờ, vẫn thấy là mình còn hên. Mới đến có mấy tháng đã có việc là may mắn lắm rồi.

Cho nên, dù có phải vất vả leo thang xuống thang ở các trạm metro, chạy hụt hơi đổi hết xe bus lại đến xe điện ngầm và tầu cao tốc RER, tôi vẫn sẵn lòng chấp nhận.

Thuở đó tầu cao tốc RER (réseau express régional) đi từ Paris về hướng Marne-la -Vallée chưa tới Champs là nơi chị tôi ở, mà chỉ đến Noisy-le-Grand, Mont d'Est . Lúc lên Paris nhận việc làm, mẹ con tôi phải tạm trú nhà chị tôi một thời gian vì chưa tìm được nhà. Từ Champs đi Paris phải lấy bus tới Noisy-le-Grand để lấy RER A . Tới Paris đổi tầu lần nữa mới tới trạm Quatre- Septembre. Từ đó đi bộ một quãng thì tới Sở làm... . Đi về như vậy mỗi ngày cũng mất hơn hai tiếng, đấy là may mắn có RER đi nhanh được nửa đường.

Tôi đi làm được một tháng thì Secours Catholique gọi, cho biết có một gia đình người Pháp ở Boulogne muốn tìm một gia đình tị nạn có con nhỏ để bảo trợ.

Đó là gia đình ông bà Boyer.

Hai ông bà Boyer đều là giáo sư đại học, dậy môn địa chất , có ba con. Đứa nhỏ nhất là Olivier bằng tuổi con út của tôi. Họ là những người công giáo nhiệt thành, sống rất thanh đạm và khiêm tốn, nhưng khi cần giúp đỡ những người bần hàn cơ cực thì lại rất hào phóng .

Căn hộ họ thuê cho chúng tôi thuộc một chung cư trên đường Rue de Seine, Boulogne . Vì tôi đã có việc làm, nên họ không phải giúp tiền chi dụng hàng ngày, mà chỉ trả tiền nhà cho chúng tôi là 2000 quan một tháng. Lương tôi lúc bấy giờ là 3000 quan, chỉ đủ tiền ăn, tiền tầu xe và điện nước.

Chúng tôi dọn tới đây vào giữa tháng 11 năm 1979. Nhà chỉ có 2 phòng , mỗi phòng rộng chừng 10 thước vuông. Phòng ngoài ngăn ra một khúc cho bếp và chỗ rửa bát. Chỗ rửa bát cũng là chỗ đánh răng, rửa mặt và giặt giũ. Diện tích còn lại kê được một cái bàn vừa làm chỗ ăn vừa làm chỗ học. Bên trong là phòng ngủ , kê được 3 cái giường nhỏ. May mắn nhất là chúng tôi không phải ra ngoài tắm rửa và dùng vệ sinh công cộng, vì ngay lối vào có một phòng tắm nhỏ xíu, nhưng đầy đủ nước nóng và cầu tiêu.

Khi dọn tới, thì những đồ đạc tối thiểu trên đã được ông bà Boyer lo cho cả rồi. Ngay trong bếp cũng có ít nồi niêu và bát đĩa đủ dùng xếp trên kệ. So với cái lều bằng cây ở Bidong gió thổi tứ bề, ba mẹ con co ro nằm trên nửa cái giường ngắn đầy rệp, thì căn chung cư này quả là một nơi ẩn náu êm ái, có chăn nệm ấm, nhất là có một cõi riêng tư .

Không những giúp cho mẹ con tôi có nhà ở, ông bà Boyer còn lo đổi trường cho hai con tôi. Trường này lại là trường Couvent des Oiseaux ở Auteuil, quận 16 của Paris, nổi tiếng dậy giỏi và đắt tiền. Vì là dân tị nạn, các con tôi không những không phải trả tiền học, mà còn được các Mẹ cho ăn trưa.

An cư rồi, mẹ con bắt đầu đi làm đi học và phải làm quen với cách đi metro. Hệ thống xe điện ngầm ở Paris gồm rất nhiều đường chằng chịt như đan với nhau, được đánh số và định hướng theo tên trạm cuối ở hai đầu. Chẳng hạn đường mẹ con tôi đi mỗi ngày là ligne 9, đầu phía Boulogne mạn Billancourt là Pont de Sèvres, đầu kia đi về hướng Paris là Mairie de Montreuil. Ngày nào cũng vậy, ăn sáng xong là chúng tôi đi bộ tới trạm Marcel Sembat lấy đường 9 đi Paris. Tầu chạy 3 trạm tới

Michel Ange d'Auteuil thì trẻ con xuống đi bộ tới trường. Còn tôi tiếp tục đi thẳng lên Paris , tới trạm Richelieu Drouot thì chỉ cần đi bộ một chút là tới cửa sau của Sở. Tuy không phải vất vả chạy theo bus theo RER đổi tầu đổi xe như khi còn ở Champs , nhưng tầu điện trong thành phố chạy rất chậm, nhẩn nha dừng lại nhiều nơi, nên vẫn mất cả tiếng mới tới chỗ làm. Vì vậy , sau một thời gian, tôi hết còn nhớn nhác theo dõi từng trạm vì lo bị lạc, mà nhắm mắt ngủ một giấc như mọi người cùng một chuyến tầu... Đúng là cuộc sống metro, boulot, dodo... .

Ngày nào cũng vậy, 5 giờ tan sở thì 6 giờ tối tôi mới về đến nhà. Trẻ con xong sớm nên về trước tôi cả tiếng. Cơm nước dọn dẹp xong thì tôi bắt đầu kèm con học. Cứ như vậy trong những tháng đầu: giúp con quen và hiểu từ ngữ các môn học, từ sử địa cho đến toán lý hóa. May mắn là các con tôi chịu khó và thông minh, nên nắm bắt ngoại ngữ rất nhanh.

Để cho con tôi được giải trí vào những ngày cuối tuần, việc đầu tiên khi tôi để dành được ít tiền là mua một máy truyền hình . Máy đen trắng nhỏ nhất mà giá cũng 2000 quan, tức là 500 đô la thuở đó . . Đồ điện tử lúc bấy giờ đắt lắm, nhất là ở Âu Châu. Ngoài việc xem truyền hình, tôi còn mượn sách ở thư viện Sở cho các con tôi. Bắt đầu là những chuyện tranh vẽ như Tintin, Spirou, Lucky Luke... .dần dần sách chuyện đủ loại từ dễ đến khó. Tới lúc gần đi Mỹ, coi như Ý Nhi đã đọc hết cả bộ chuyện của Dahpné du Maurier

Ngoài giờ làm và học, thú vui của mẹ con tôi lúc đầu là đi chợ . Thức ăn Pháp, nhất là những món làm sẵn, sao nhiều và hấp dẫn đến thế ! Đủ loại thịt nguội thịt nướng khói, pâtés, phó mát ... cái gì cũng muốn mua muốn nếm ... nhưng còn phải đếm cái túi tiền không lấy gì làm nặng ! Sống quen trong túng thiếu, mỗi lần tôi mua 1 món gì đặc biệt , thì con bé lên 10 lại dụt dè hỏi: có đắt không mẹ?! Tôi gần như đi chợ mỗi ngày, trên đường từ metro về, vì nhà không có tủ lạnh. Cũng may cuối năm rét lắm, nên nhiều khi tôi gói ghém thức ăn nấu sẵn để ngoài cửa sổ qua đêm.

Khu tôi ở có phố buôn bán chính là Jean Jaurès lúc nào cũng nhộn nhịp người qua kẻ lại. Cũng như tất cả các khu phố khác ở Paris, khu này có những cửa hàng nhỏ không thể thiếu, chuyên bán thịt tươi, cá tươi, lò bánh sản xuất mỗi ngày bánh mì và bánh ngọt , chợ bán rau quả... sạp tràn ra cả lề đường. Lúc bấy giờ chưa có nhiều siêu thị . Felix Potin được coi như chợ lớn hơn cả. So với mấy chợ nhỏ chỉ có trái cây và rau , Felix Potin có đủ cả thịt cá, thịt nguội, đồ hộp, cho đến những thức dùng như thuốc đánh răng, kem bôi mặt, khăn bông v.v. . Khu nào cũng phải có một tiệm bán dược phẩm. Ông dược sĩ gần như quen biết tất cả bàn dân thiên hạ. Tôi chỉ mua thuốc cảm của ông có một lần. Hôm sau ra phố thấy một ông Tây hỏi: con bà đã khoẻ chưa? Giật mình nhìn lên, hóa ra ông dược sĩ... .! Đời sống đường phố thật thân thương và đầy tình người ...

Ngoài chợ lớn chợ nhỏ của mỗi khu, mỗi tuần còn có chợ trời, bán đủ cả thức ăn sống chín và quần áo giầy dép, chăn màn. Giá tương đối rẻ cho giới nghèo. Đôi khi còn tình cờ vớ được hàng hiệu y như được trúng số! Khu nào cũng có chợ trời nhưng họp ngày khác nhau để cho bà con không đi được chợ này thì đi chợ khác.

Tôi may mắn khi tới Pháp đã có gia đình chị Dung định cư từ 1975, nên được chỉ đường đi nước bước trong những ngày đầu bỡ ngỡ. Trong khi bơ vơ xứ người, gia đình chị như môt nơi ẩn náu an toàn. Chị tôi đông con, và cũng nhiều việc để lo ... nhưng bao giờ cũng dành thì giờ cho mẹ con tôi. Chúng tôi thường đi Champs mỗi cuối tuần để cho các con tôi gặp các anh chị và hưởng không khí ấm cúng gia đình. Trong khi trẻ con ở nhà chơi với nhau, tôi đi chợ với vợ chồng chị, mỗi tuần một phiên và một nơi khác nhau, rất thích thú. Riêng thức ăn Việt Nam thì mẹ con tôi phải đi tầu lên tận Place Maubert ở Paris, khá xa, và khá vất vả vì phải vác nặng những thứ như gạo, đậu, nước mắm nước tương... Tiệm chạp phô Maubert có từ trước khi dân tị nạn 75 tới, phục vụ cho một số người Việt định cư ở Paris đã lâu và sinh viên du học thành tài rồi ở lại. Sau 75, khi người Tầu tràn sang theo làn sóng tị nạn người Việt, thì mới có Tăng Frères ở quận 13, mỗi ngày một lớn và mở thêm chi nhánh khắp nơi.

Ngày tháng qua, cuộc sống chúng tôi tạm ổn định. Tôi bắt đầu quen công việc. Nhưng những người Pháp tôi cùng làm việc và phải tiếp xúc hàng ngày trong sở, và ngay cả bà Marro nữa, đã làm tôi ngạc nhiên vì tinh thần quan liêu và ích kỷ của họ: sợ cấp trên, bắt nạt cấp dưới , kéo dài việc để câu giờ. Sở tôi làm trung gian giữa ngân hàng và các người vay, nên rất nhiều lợi nhuận . Do đó nhân viên lương tương đối cao và được hưởng nhiều tiện nghi . Chẳng hạn họ được ưu tiên mua nhà của những người phá sản, bị nhà băng tịch thâu , với giá rẻ. Nhà ăn lúc nào cũng thay đổi món ăn và nấu rất ngon.. Từ giám đốc cho đến nhân viên quèn, ai cũng ăn ngần ấy món như nhau, nhưng giá tiền ăn tùy theo lương cao thấp. Như tôi chẳng hạn, chỉ phải trả có 15 quan 1 tuần, tức là 5 bữa trưa. Bữa nào cũng được quyền có 5 thứ gồm món chính món phụ, bánh , trái cây tráng miệng, bia rượu . Tôi chỉ ăn nổi 2 món, nên hay chọn ba thứ còn lại mang về cho con như bánh ngọt hay chocolat. Ngoài ra, còn có hợp tác xã bán đồ cho nhân viên, thượng vàng hạ cám đủ cả băng nhạc, đồ dùng trong nhà, thức ăn hộp, bánh kẹo v.v. với giá đặc biệt rẻ.

Tuy khó khăn, nhưng ở đâu quen đấy. Du khách tới Paris thấy cái gì cũng đắt, nhưng ở tại chỗ lâu ngày là biết chỗ bán rẻ. Tiệm Tati đã là nơi cung cấp cho mẹ con tôi đủ thứ quần áo mền khăn bát đĩa. Đi Tati mua đồ cũng là dịp đi thăm nhà thờ Sacré

Coeur chót vót trên đồi Montmartre, nơi có những họa sĩ tụ họp vẽ tranh, ngồi uống rượu hay nhâm nhi tách cà phê. Chúng tôi cũng bắt đầu thăm thú thành phố, tới những nơi danh tiếng như nhà thờ Notre Dame, ngục Bastille, khu La Tinh, vườn Lục Xâm Bảo, Le Louvre... Sở tôi làm cũng ở ngay trung tâm Paris, nơi có những cửa hàng lớn nổi tiếng như La Fayette, Au Printemps, và nhà hát lớn Opera... Phố Haussman gần đó có nhiều rạp chiếu bóng, nên khi đã quen đường đất, con tôi có thêm thú vui đi coi ciné. Tiền túi hàng tuần các con tôi dùng vào việc mua sách và xem chiếu bóng. Vé tầu đi suốt tuần , kể cả chủ nhật, có thể lấy bất cứ bus, metro hay RER nào cũng được. Giá vé hàng tuần lúc đó chỉ có 14 francs.

Ngoài Paris, ông bà Boyer còn cho mẹ con tôi những chuyến đi xa, như Chateaux de la Loire, và hè năm 1980, tới Normandie nghỉ ngơi trong trang trại của họ.

Cũng bước sang 1980, bà Marro sinh con đầu lòng, nghỉ gần hết năm. Tôi bắt đầu lo tất cả mọi việc trong sở. Mua sách mới, xếp loại sách, cung cấp tài liệu đủ loại cho các phòng nghiên cứu và tố tụng. Tôi chưa bao giờ làm công chức, nên không biết cái tật làm khó dễ. Từ khi bà Marro nghỉ hậu sản, ai xin tài liệu nào cũng nhanh chóng có ngay. Sau gần một năm , tôi bắt đầu được cấp trên để ý, và ông chánh sở đã có ý định cho tôi thay thế bà Marro sau này. Bà ta sẽ đi chi nhánh khác. Để có người phụ tôi trong công việc, tôi được thêm 1 bà thư ký algérienne.

Lúc đó gia đình tôi 6 người còn tan tác mỗi người một phương ! Hai con gái lớn của tôi lúc bấy giờ đã 16, 17 tuổi, theo ông bác ruột đi vượt biên từ năm 1978, hiện được hai bác lo cho ăn học ở St Paul thuộc tiểu bang Minnesota. Còn chồng tôi đi sau cùng hãy còn ở trại tị nạn Nam Dương, chờ ngày được nhận đi Mỹ.

Cuối năm 1980, khi chồng tôi đã sang tới Mỹ, và định cư ở St Paul, thì một hôm ông Deguen, Tổng Gíam Đốc công ty, gọi tôi vào , hỏi tình hình xin nhập quốc tịch Pháp của tôi đã đi tới đâu. Ông hứa sẽ giúp cho tôi nhanh chóng nhập tịch để vào ngạch và hứa khi chồng tôi tới Pháp sẽ được giới thiệu vào dậy trường đại học. Tôi mừng lắm! Tôi yêu công việc đang làm và vào ngạch sẽ thêm lương và nhiều quyền lợi. Nếu chồng tôi được dậy học thì hai vợ chồng tôi sẽ có một cuộc sống rất thoải mái. Nhưng còn các con tôi ? Đó là vấn đề chồng tôi đặt ra cho tương lai chúng nó. Nước Mỹ có nhiều cơ hội cho cho các con tôi học hành và có việc tốt sau này. Trong khi ở Pháp rất khó khăn, chỉ có một số hiếm các cô cậu học thật giỏi, mới thi nổi vào các trương gọi là Ecoles centrales, mới hy vọng ra trường có việc làm. Tốt nghiệp Sorbonne bây giờ chẳng đi đến đâu, nhất là Pháp đang ở thời kỳ kinh tế suy thoái...

Tôi đành phải từ bỏ mộng làm việc ở Pháp, cái

công việc hợp với khả năng , ngôn ngữ và sở thích, để bắt đầu một cuộc phiêu lưu mới, ở một xứ sở mà tôi không có đủ hành trang!

Tháng 5 năm 1981, giấy tờ thủ tục nhập cảnh Mỹ hoàn tất.

Tôi từ biệt nước Pháp, viết thư cho bộ Lao Động từ chối nhập tịch, cám ơn mẹ Jean Marie, ông bà Deguen tổng giám đốc công ty CNME , ông bà Boyer, gia đình chị tôi... ..những người thân yêu đã giúp đỡ tôi trong những ngày đầu khó khăn ở đất nước này, buồn như phải chia ly với mọt quê hương thứ hai... nhưng xiết bao mừng rỡ và cảm tạ Ơn Trên, cuối cùng đã cho tôi được đoàn tụ với chồng con, sau bao nhiêu năm xa cách.

Faut-il qu'il m'en souvienne...
La joie venait toujours après la peine!

McLean 9/2018

CÁI LỌ CỦA DÌ TÔI

Năm xưa, khi học lớp đệ ngũ trường Ngô Quyền Hải Phòng, tôi thường tự luyện Pháp ngữ bằng cách chọn đề tài luận văn trong chương trình thi Brevet Phàp , rồi gửi lên Hà Nội cho ông anh họ chấm hộ.

Bài tôi ưng ý nhất có chủ đề là sự liên tưởng (association des idées), dựa trên một đoạn văn trích trong cuốn "Tìm lại thời gian đã qua" (À la recherche du temps perdu) của Marcel Proust. Nguyên nhân làm quá khứ trở về có thể là một mùi thơm đặc biệt của thức ăn hay hoa trái, một bài thơ, một điệu nhạc đã nghe, một bóng dáng thân quen , một cái nhìn... Mùi thơm của hoa nhài đã làm cho ông Marcel Proust bỗng nhiên tưởng như sống lại thời trẻ thơ trong căn nhà của hai bà cô già. Hình ảnh cậu bé Marcel ngày xưa xuất hiện, tung tăng chạy nhẩy trong khu vườn đầy những bụi nhài nở hoa trắng nõn. Gần đó, hai bà cô ngồi trên ghế đá truyện trò, uống trà và ăn bánh ngọt madeleine.

Quá khứ hiện về, rõ nét như một đoạn phim ngắn, trong khoảng khắc, rồi biến đi, nhưng ảnh hưởng của nó vào tinh thần mỗi người nhiều khi rất sâu đậm , tùy theo kỷ niệm.

Chuyện của tôi phát sinh từ một cái lọ mà người miền Nam thường gọi là keo. Chỉ là một cái lọ đựng mật ong cũ, mua ở chợ trời PX Mỹ.

Không có gì thơ mộng cả.

Nhưng nó là cái lọ của dì tôi mang lại và bỏ quên ở nhà tôi.

Tháng tư năm 1975, khi Cộng Sản kéo quân vào chiếm đóng Saigon, chúng tôi quyết định trả nhà chính phủ ở đường Phan Đình Phùng, thu xếp dọn về một căn nhà nhỏ ở đường Hiền Vương. Biết là cuộc sống sắp tới sẽ nhiều cam go, tôi nhặt nhạnh chổi cùn dế rách, không thiếu một thứ gì để mang đi. Lẽ dĩ nhiên mớ chai lọ chiếm một địa vị quan trọng trong chương trình tích trữ tương cà mắm muối, nên không thể để lại cho anh em đồng chí được.

Mấy tháng đầu bận rộn thu xếp nhà cửa, tôi bỏ quên mớ lọ, chỉ đem chai ra rửa, còn mua nước mắm để dành. Chả biết để dành được bao nhiêu lâu, nhưng ngày nào còn được ăn nước mắm ngon có nhiều chất đạm... thì còn là thần tiên.

Sau khi nơi ăn chốn ở tạm ổn định và trẻ con bớt nhăn nhó: nhà chật quá mẹ ơi, nóng quá, nhiều muỗi quá! Tôi chuẩn bị cuộc đổi đời . Hoach định chương trình chi tiêu dài hạn cho những năm tháng tới. Vải vóc tích trữ và quần áo may mặc dư thừa từ trước biến cố tháng tư, nhờ sự kìm kẹp của Mỹ Ngụy, có thể đủ dùng trong một thời gian dài. Lớn thải cho bé, quần dài rách cắt thành quần cụt, áo dài thành áo bà ba... Tiền dành dụm hoàn toàn chỉ để chi dùng cho việc ăn uống dè sẻn đến mức tối đa.

Những ngày sắp tới sẽ ra sao?

Tôi cố gắng không dám nghĩ tới...

Dĩ vãng êm đềm ngày xưa như thuộc một tiền kiếp nào! Trí nhớ trở thành một đe dọa cho những cơn suy sụp tinh thần, những nghẹn ngào âm thầm chua xót.

Cho nên tôi tập giết dĩ vãng!

Thư từ hình ảnh cũ cất dấu không xem lại. Đôi khi chợt nhớ tới những người thân đã ra đi, những dự tính không thành, mọi sự sụp đổ một sớm một chiều... thì lại vội vã nghĩ tới chuyện khác để quên đi.

Cuộc sống vào những năm 1975, 1976 cũng nhiều màn gay cấn, làm cân não luôn căng thẳng: đổi tiền, đấu tố tư sản, xét nhà tìm vàng, tịch thu ấn phẩm và nhạc đồi trụy... cho nên tôi cũng không có thì giờ để nhớ để thương. Tinh thần còn tập trung để cảnh giác và đối phó với bất cứ chuyện gì có thể xẩy ra.

Năm 1977 cũng là năm chúng tôi bắt đầu mưu tính vượt biên nhiều lần. Lần nào cũng hoảng hốt trở về! Mỗi lần lại nghèo hơn... và tàn tạ hơn.

Hơn hai năm qua, tưởng lòng đã trai đá .

Nhiều khi nghe tin tức bạn bè bà con, người chết trong trại học tập, kẻ bỏ thây ngoài biển cả trên đường tìm tự do, thấy xót xa trong dạ... mà nước mắt vẫn không thể chẩy!

Ấy thế mà... một buổi trưa hè, ở nhà một mình, tôi tình cờ trông thấy cái lọ của dì tôi khiêm nhường đứng trong góc trạn. Bỗng nhiên... như một trận bão... bao nhiêu khổ não đau buồn bị dồn ép tung ra, tuôn trào như nước vỡ bờ.

Dĩ vãng dồn dập trở về.

Những buổi trưa hè nắng vàng rực lửa, dì cháu cùng ngồi ăn cơm. Trẻ con quấn quit lấy bà trong giờ ngủ trưa, đòi kể chuyện thần tiên. Căn nhà Phan Đình Phùng đầy cây cao bóng mát , với bức tường dài xanh rờn lá vạn liên thanh. Kìa bụi lá lốt um tùm cạnh cây đu đủ gầy guộc ở sân sau. Rồi giàn mùng tơi nữa, che kín cả nóc nhà chứa xe, đã cho bao nhiêu bữa canh tôm ngọt mát...

Dì tôi đã đi rồi, xa thật xa, hàng bao nhiêu đại dương... Ngàn trùng xa cách!

Tuy là bậc dì, nhưng chỉ hơn tôi mấy tuổi, nên từ nhỏ đến lớn, dì tôi và tôi thân nhau lắm. Chả có chuyện gì mà không nói cho nhau. Ngày nào ấu thơ còn chạy theo dì tập xe đạp ở chân núi Thúy Sơn, gân cổ đồng ca bài Bóng cờ lau, Bạch Đằng giang, Thăng Long thành... trong căn gác hẹp ở Ninh Bình. Chiến tranh Việt Pháp phiêu dạt về Hệ "cù", Phú Lăng, Phát Diệm... lúc nào cũng bên nhau. Rồi những ngày lớn lên ở Cảng Hải Phòng, rồi di cư vào Nam... Gần suốt một đời người .

Cái lọ nhỏ như một bấm nút điện tử vào tồn trữ dĩ vãng, quay lại một khúc phim vui nhưng không có đoạn cuối, khiến cho người xem tức tối cho sự vô lý của cuộc đời... Nhưng, dù sao, nó cũng giải thoát cho một nội tâm sắp đóng thành bằng... để kẻ khóc được làm người trong giây phút.

Để giòng nước mắt chảy
Là bớt khổ đi rồi

Ngày xưa, khi học thơ Lamartine, bọn học trò quỉ sứ chúng tôi cứ trêu bà sơ già dậy Pháp Văn, mắt thê lương nhìn vào sách vở giấy bút mà rên rỉ than:

Objets inanimés , avez-vous donc une âme?

(Vật vô tri ơi, mi có hồn không?)

Mấy chục năm sau, trong cuộc đổi đời, thấy như Lamartine có lý .

Tuy nhiên, tôi không muốn như ông vua nhà Nguyễn khóc Thị Bằng, hay cô cung nữ trong Cung Oán ngâm khúc...

đập cổ kính ra tìm lấy bóng,
xếp tàn y lại để dành hơi...

Chỉ muốn các hồn ma quá khứ biến luôn vào hư vô, để có can đảm sống hàng ngày khoai sắn...

Coi ngày xưa... chỉ là một giấc mộng kê vàng!

Nhớ lại một buổi trưa hè ở Saigon, sau tháng tư 1975, trong căn nhà 90F Hiền Vương

Georgetown 1985

TIẾNG CHUÔNG NGÀY THỨ BẨY

Hôm nay ngày thứ bẩy,
Mơ hồ tiếng chuông reo
Tưởng như nghe tiếng mẹ
Ngẩn ngơ buồn nao nao!

Hết rồi thứ bẩy xưa,
Rộn ràng tiếng dạ thưa
Me ơi, me có khoẻ?
Ăn ngủ đã ngon chưa?

Rồi mẹ kể truyện xưa
Con kể truyện bây giờ
Khóc cười theo thế sự
Buồn vui với nắng mưa.

Con tưởng mẹ sống hoài
Tưởng ngày rộng tháng dài
Cho nên con cứ hẹn
Mẹ đợi mãi đợi hoài!

Con mải sống đời con,
Quên là mẹ ngóng trông,
Quên mẹ như chiếc lá,
Gió thổi thành hư không!

Năm nay nhiều lá đỏ
Sẽ lại rụng đầy sân.
Nhưng mẹ không còn nữa
Để mộng mùa thu sang

Để mơ nắng hạ vàng
Xuân hồng khoe sắc thắm
Đông lạnh lẽo kiêu sang.
Điện thoại đã ngừng reo!

Lá đã rụng chân đèo...

Georgetown 18/3/2001

CHÁU CỦA BÀ

Trên trời có đám mây xanh
Ở giữa mây trắng, chung quanh mây vàng
Ước gì anh lấy được nàng...

Ờ, nó ngủ rồi đây... Bà Lê ngưng hát, nhè nhẹ đặt cháu xuống cái nôi xinh, quay nó nằm xấp, chèn cái gối ôm dài sau lưng nó, rồi kéo chăn phủ lên cái thân hình bé bỏng mũm mĩm thơm mùi sữa của đứa cháu yêu. Con đầu cháu sớm của bà đấy . Con gái bà lấy chống năm năm mới chịu đẻ. Lúc sinh ra nó, bố nó mừng quýnh như bắt được vàng. Con bé thật dễ Ăn ngủ cả ngày. Lúc thức dậy thì cứ cười toe cười toét, cái miệng lép chép cả ngày, thương thật thương . ..

Con bé cựa mình... Bà vỗ vỗ vào lưng cháu, tiếp tục ru:

Thì anh mua gạch Bát Tràng về xây
Xây dọc rồi lại xây ngang
Xây hồ bán nguyệt cho nàng rửa chân...

Tên của nó cũng do bà đặt: Hoài Trân. Trân là quí, hoài là nhớ. Nhớ, hoài niệm một cái gì quí như ngọc báu . Bố nó chụp không biết bao nhiêu là ảnh. Ảnh nào con bé cũng tròn vo, hai cái đùi như hai cái giò. Khi mẹ nó mới sinh ra nó, bà nghỉ làm ở nhà một tuần để trông cháu và cơm nước, cho con gái được tĩnh dưỡng. Ôi chao, các cô cậu nuôi con kiểu mới làm bà cũng đến khổ! Bà phải tập bế vác con bé mới sinh tí tẹo tì teo, úp lên cái tã vắt ngang vai . Ngủ thì đặt nằm xấp, phải gượng nhẹ lắm không thì nó lại thức dậy khóc ầm lên... Tuần đầu con bé bị đói ơi là đói, vì mẹ nó nhất định bắt nó bú sữa mình ..mà mấy ngày đầu sữa có ra đâu ..!! Bà định cho nó nhấm tí nước đường cũng không được, nói gì lén cho uống formula... Thấm thoắt thế mà nó đã ba tháng rồi đấy... Bây giờ mỗi lần bố mẹ nó gửi bà để đi party... bà cho nó nằm nghiêng!

Ngày xưa, bà nổi tiếng nuôi con kỹ . Tay phải rửa sạch mới được bế em. Khi nào chị vú nghỉ, thỉnh thoảng chị bếp phụ trông em phải thay cái áo hôi dầu mỡ . Pha sữa cho em không được chạm tay vào đầu núm bình , phải dùng cái gắp. Thế mà bây giờ vẫn bị con chê là lạc hậu... !

Khi nó bắt đầu biết nói, thì nó thuộc lòng bài hát ru em của bà lúc nào không hay! Nó hát cho bố nó nghe, làm bố nó ngạc nhiên không hết! Khi nó hát đến chỗ:

Có rửa thì rửa chân tay
Chớ rửa lông mày chết cá ao anh

Bố nó hỏi : làm sao rửa lông mày mà lại chết cá hả mẹ? Làm bà giật mình, thấy thế hệ con bà bắt đầu quên , hay chưa hề biết, những câu ca ví von dễ thương biết chừng nào của nước mình...

Con mắt đàn bà được ví là sắc như dao. Khi ghen khi giận, chỉ một cái liếc cũng đủ chết người... Cho nên anh chàng si tình lo cho mấy con cá trong hồ quá, chỉ sợ cô nàng vô tình rửa mắt rửa lông mày thì nát hết đời hoa của chúng... Ai bảo các cụ ngày xưa không biết dí dỏm nhỉ!

Lúc nó được ba tháng , nó được đi ăn cưới cô Trâm. Đám cưới linh đình, chiếm cả nhà hàng Thần Tài. Con bé thật ngoan, bị chuyền hết tay này đến tay khác mà không khóc, cứ thế cho tới mười một giờ đêm thì nó lăn ra ngủ...

Năm sau nó có đứa em họ đầu tiên, và bà có thêm cháu ngoại thứ hai , cũng là con gái..

Mẹ nó tra tự điển Hán Việt, đặt tên cho nó là Giáng Tường. Giáng là ban cho, Tường là điềm lành. Giáng Tường xinh đẹp, nhưng mà hay khóc quá. Khi nó sáu tháng, bố mẹ nó gửi bà một ngày. Nó khóc không ngừng từ sáu giờ sáng tới sáu giờ chiều!! Ông bà khiếp đảm luôn!

Những lúc sau này , khi Hoài Trân đến ngủ với bà , thì nó đã lớn. Nó không cần bà ru cho nó ngủ nữa... Trời vẫn xanh xanh trên cao, mây trắng mây vàng vẫn mênh mang bay theo gió, nhưng bài hát ru ngày nào không còn được bà hát nữa, bởi vì các cháu sau này của bà chỉ tới với bà khi đã hết tuổi ru... Mà có hát cũng chả đứa nào hiểu! Giấc mộng đơn sơ của anh chàng xây hồ bán nguyệt cho người mình yêu trở nên quá nghèo nàn đối với cuộc sống bây giờ, khi mà mọi sự đều phải tính theo số lượng của tiền bạc , và diện tích nhà... Bà cò nhiều bài hát ru nữa, nhiều lắm, nhưng bây giờ chúng chỉ còn là tiếng vọng của một thời đã qua. Ôi, những tiếng à ơi của bài hát ru miền Bắc ngày nào, vang lên trầm trầm trong những buổi trưa hè oi ả, lẫn với tiếng ve sầu kêu ra rả Những câu lục bát ngân nga vút cao tới tận miền Đồng Đăng xa thật xa, ở đó có phố Kỳ Lừa, có nàng Tô Thị, có chùa Tam Thanh...

Con cò bay lả bay la,
Bay ra cửa phủ, bay về Đồng Đăng
Đồng Đăng có phố Kỳ Lừa,
...

Rồi sau này, khi vào Nam , có những tiếng ầu ơ ru con bà vào giấc ngủ thần tiên... Tất cả đã xa rồi, cái thời đã qua ấy! Thời ấu thơ của bà, khi con người, trong nước Việt Nam cổ xưa, còn chất phác lắm, là thế giới của những câu ca dao phản ảnh đời sống bình dị và nghèo nàn của thôn quê miền Bắc, của những vú em bỏ con lên tỉnh bán sữa của mình cho con người ta. Những giấc mộng và lo toan khiêm tốn được hát lên ru trẻ nhỏ, như mong trời cho đủ nước để lúa được mùa...

Lạy trời mưa xuống
Lấy nước tôi uống
Lấy ruộng tôi cầy...

Bà chả bao giờ có thể dậy cho cháu bà những bài hát quê mùa đó được, vì các cháu của bà càng ngày càng quên tiếng Việt! Bây giờ mỗi khi chúng đến ngủ qua đêm, thì các cháu của bà chỉ đòi nghe đọc truyện, hay vừa kể vừa xem hình trong sách Những quyển sách cổ tích tiếng Anh đầy hình ảnh, đầy mầu sắc, thay cho những bài hát ru cò lả. Thế là bà bắt đầu đọc, đọc cho đến khi mắt cháu của bà chĩu xuống rồi chìm vào giấc ngủ. Cũng như bà, và các con của bà , khi còn bé mê truyện Tấm Cám, Thạch Sanh, Ăn Khế trả vàng, Cây Tre Trăm Đốt, v.v.., thế giới của cháu bà cũng ngập trong thế giới thần tiên của những lâu đài huy hoàng tráng lệ, có vua và hoàng hậu thật hiền từ, nhưng cũng có những bà dì ghẻ hay phù thủy độc ác chuyên môn rình hại mấy nàng công chúa ngoan và xinh đẹp. Thế rồi, sau cùng, ở hiền sẽ gặp lành, các bà tiên cánh trắng sẽ tới giúp các hoàng tử đến cứu các cô công chúa, và họ sẽ lấy nhau và sống hạnh phúc với nhau , suốt đời... ever after... . Cứ thế mà ý niệm về thiện và ác thấm dần váo đầu óc non nớt của con trẻ... Những Bạch Tuyết, Lọ Lem, Công Chúa ngủ trong rừng, Con bé quàng khăn đỏ, v.v.. tiếp tục hết thế hệ này qua thế hệ khác đem lại cho trẻ thơ những bài học về sự xấu và sự tốt của cuộc đời...

Cứ thế mà thời gian qua, không như bóng câu qua cửa sổ, mà như hỏa tiễn vượt không gian. Hoài Trân và Giáng Tường đã có em . Hoài Nam, Nam Cầm, rồi Trâm Anh. Thế là cuối năm 2002, bà có năm cháu tất cả. Người ta thường có câu: cháu bà nội, tội bà ngoại. Nhưng cháu nào của bà cũng được bà nội lo, tội bà nội thì đúng hơn! Khoẻ đấy... nhưng thiệt thòi sự gần gũi hàng ngày xây đắp tình thân...

Lâu lâu, bà được các cháu đến ngủ qua đêm. Chỉ lúc đó bà mới được chuyện trò với cháu, và giật mình thấy chúng khôn lớn thật nhanh... Hoài Trân suốt ngày ôm những cuốn sách dầy cộp mê man đọc, sống trên mây nhiều hơn thực tại. Giáng Tường tâm sự là chỉ mong chóng tới tuổi 13 để được ở nhà một mình, không bị babysit! Nam Cầm biết tự phân tích mình, biết là mình hơi lười và ít cố gắng. Hoài Nam bắt đầu biết tiêu tiền và tập kiếm tiền bằng cách làm vườn cho bố... Trong cái ngây thơ của tuổi lên mười, lên tám, đã có cái hiểu biết sơ thiểu của cuộc sống hiện đại, đầy rẫy rình rập của chiến tranh khủng bố, bắn sẻ, mẹ mìn đe dọa bắt trẻ con... của thời đại kim tiền, mà muốn thành công, cái gì cũng phải vượt bực. ..Cho nên, cháu nào của bà cũng sinh ra và lớn lên trong những căn nhà rộng và đẹp, đồ chơi, búp bê, quần áo đầy tủ đầy phòng, nhưng không phải thế mà không được rèn luyện trong một khuôn phép kỷ luật cho cơ thể và trí óc được nẩy nở tối đa... Những người đàn bà tí hon đó đã có những chớm lo toan và dồn ép nho nhỏ, lo học lo tiến thủ trong một môi trường không ngừng tranh đua, dập khuôn guồng máy lớn đang lôi cuốn bố mẹ chúng...

Ngày xưa, xưa lắm, vì Hoài Trân có lần bảo là

bà già... già lắm, phải không? Khi bà còn là một con bé con tí xíu tì xiu, bà chả có con búp bê nào cả, hay một thứ đồ chơi gì hết, cũng chả có ti vi hay phim vi đê ô , đi vi đi mà xem , hay ra đi ô mà nghe... Nhưng chẳng bao giờ bà kêu chán (I'm bored bored...) như các con lâu lâu vẫn than. Bà tha thẩn chơi một mình trong vườn. Bà chơi đánh chuyền với bó đũa và trái bưởi non, chơi ô ăn quan bằng những hòn sỏi hay gạch vụn . Bà thích nhìn những con kiến, con chim tha mồi về tổ, ong hút mật hoa, những sinh vật nhỏ bé sống cần cù trong một thế giới khác với thế giới của con người, mà chỉ có con mắt con trẻ mới nhìn thấy được. Thế giới của bướm của hoa, của chim, ong, kiến và chuồn chuồn... của những con gà rù rù đi tìm sâu, của những con vịt lông cánh xanh biếc đường bệ bơi trên ao bèo. Những ngày hè ngày xưa của bà vô tư lắm, chả phải lo đi học võ, học múa học đàn và làm bài... Ban ngày lo trèo cây hái quả và nghe chim hót, ngắm mây xanh mây vàng như trong bài hát ru. Ban đêm ngắm trăng và đếm sao, nhìn vũ trụ bao la để bắt đầu đặt những câu hỏi ngây thơ: sao trời rộng đất dài thế nhỉ? Ai làm ra sông ra núi , ra biển ra nguồn?

Lúc nhỏ như các con, bà cũng hay quấn quit bên bà nội thật hiền từ của bà, để nghe kể truyện đời xưa, hay hái hoa cho bà cúng Phật Thời đó làm gì có sách đẹp và nhiều như bây giờ để đọc, chỉ có ca dao hát ru và cổ tích, mà sao thấy cuộc sống vẫn phong phú vô cùng...

Ôi, cái thời đẹp như Nghiêu Thuấn đó bây giờ chỉ còn trong trí nhớ đã bắt đầu lãng đãng của mấy người già mà thôi. Có ai mà dịch nổi ra tiếng Anh những truyện lẩm cẩm tự kiếp nào của cái nước Việt Nam xa lắc xa lơ đâu nhỉ!

Mỗi lần nhắc lại chuyện xưa tích cũ như thế, thì mẹ mấy đứa nhỏ lại nói: Ôi chào, bà ngoại kể hoài những chuyện từ bẩy mươi năm trước làm gì? Thời đại này là thời đại tín học, nhanh như chớp, chạy hụt hơi còn không theo kịp đà tiến, thì giờ đâu mà nhìn ong với bướm!

Mà thiệt... Không lẽ bắt tụi trẻ đi giật lùi lại bẩy mươi năm!!

Vật đổi sao rời mà...

Thế rồi... , các cháu của bà mỗi ngày một lớn, mỗi ngày một bận rộn lo sống cuộc đời trẻ thơ ở xứ sở này. Những bữa ngủ qua đêm càng ngày càng hiếm hoi. Có khi cả tháng bà mới được gặp con cháu một lần... để buồn rầu thấy rằng chúng không còn cần bà nữa... Căn nhà rộng vắng thiếu tiếng cười vui con trẻ nghe tịch mịch làm sao...

Chợt nhớ mấy câu thơ cuả Lý Bạch:

Quân bất kiến Hoàng Hà chi thủy thiên thượng lai?
Bôn lưu đáo hải bất phục hồi!

Anh có thấy nước sông Hoàng Hà từ trên trời chẩy xuống không?

Nó trôi ra biển mà không bao giờ trở lại!

Cuộc đời có khác gì con sông?! Hết thế hệ con bỏ đi, lại đến cháu... Dòng nước cứ vuột qua tay, chả làm sao giữ được...

Vẫn biết đó là luật tuần hoàn của tạo hóa... nhưng sao vẫn thấy như mất mát một cái gì!

Fairfax , Virginia, 10/2003

MỘT NGÀY Ở GEORGETOWN

Tôi bước ra khỏi tiệm giặt ủi tối tăm, sau năm giờ làm việc không nghỉ. Trời hôm nay có gió nhưng không lạnh. Phố phường ngợp nắng vàng cuối đông. Khung trời trên cao xanh thật xanh, không một gợn mây. Cạnh cột săng, bên bờ tường thấp, hai cụ già đang ngồi sưởi nắng.

Giờ này là giờ ăn trưa, nên thiên hạ đổ ra đường khá đông. Không khí như mở hội vì ấm áp đã về. Tôi ưa những buổi trưa có nắng đẹp như hôm nay, để có thể đi bộ dọc đường Wisconsin, hòa mình với đám người đi dạo, nhẩn nha ngắm các tủ kính bên đường. Những lúc đó, tôi hầu như quên hết những nhọc nhằn, những ưu phiền của cuộc sống hàng ngày, để được làm du khách nhàn du trong giây phút.

Cửa tiệm của tôi ở trên đường Wisconsin, thuộc Georgetown, một khu cổ kính phía Tây Bắc thủ đô Hoa Thịnh Đốn. Đường Wisconsin khá dài, bắt đầu từ ngã ba đường M, chạy xuyên qua Washington

DC, tiếp tục đi thẳng tới tiểu bang Maryland.

Wisconsin và M là hai phố buôn bán chính của Georgetown. Hàng hóa ở đây phần nhiều là chọn lọc, đắt tiền, trưng bầy trong những tiệm nhỏ gọi là boutiques, như ở Âu Châu. Khu này lúc nào cũng tấp nập người qua lại. Hai bên đường đầy tiệm ăn, pubs và bistros. Những tối thứ sáu, thứ bẩy, Georgetown có cuộc sống về đêm rất vui nhộn và thoải mái. Mùa hè, những quán lộ thiên mở ra đầy lề đường cho du khách và sinh viên từ trường đại học Georgetown ra ăn sáng, ăn trưa, họp nhau nhâm nhi ly cà phê, ngắm hoạt cảnh thiên hạ sự...

Sáng nào cũng vậy, tôi đến tiệm giặt ủi từ 7 giờ sáng. Làm đến 12 giờ trưa mới nghỉ. Công việc của tôi là nhận những mớ quần áo bẩn, ghi số. cho vào bao, trước khi chuyển đến xưởng giặt chính. Dư thì giờ thì sửa quần áo, lên gấu quần, gấu áo, tay áo, v.v..

Việc khiêm nhượng, lương tối thiểu, chỗ làm việc luộm thuộm tối tăm.

Nhưng cũng có những nguồn vui nho nhỏ...

Đó là khách hàng của tôi, những người Mỹ sinh sống ở khu Georgetown thượng lưu này. Họ thuộc đủ thành phần: nhà báo, chính trị gia, giáo sư đại học, các mệnh phụ phu nhân giầu từ trong trứng giầu ra, kể cả các bà quản gia (housekeepers) có nhiệm vụ dắt chó đi dạo, tiện đường ghé vào bỏ mấy cái quần áo bẩn cho ông bà chủ...

Ngày nào cũng gặp nhau chào hỏi, trò truyện, từ truyện trời mưa trời nắng cho đến truyện đời, con người vẫn muôn thuở là con người, giầu nghèo gì cũng bị giới hạn bởi sinh lão bệnh tử và thất tình... Và những ngôi nhà được xây dựng từ hơn 200 năm trước, với bề ngoài thật khiêm tốn, đôi khi lại hé chút cửa mở, để tôi thấy được những mảnh vườn tuyệt đẹp, và nếp sống sang trọng bên trong, cùng những vui buồn của thân phận con người.

Từ 1 giờ trưa tới 9 giờ tối, tôi làm cho trường đại học Georgetown.

Đi bộ từ Wisconsin đến trường khoảng 15 phút .

Thẳng góc với đường Wisconsin, có những con phố nhỏ thật hiền hòa. Con đường tôi thích nhất có tên là Volta. Đi chậm rãi trên con đường đầy cây xanh bóng mát này, nó làm tôi nhớ đến hàng me dọc đường Trần Quý Cáp và Phan Đình Phùng ngày xưa. Mùa hè, khoảng 1 giờ trưa, khi độ ẩm lên tới mức khó chịu đựng nổi, con đường này nhiều lần đã là một nơi ẩn náu êm ái. Nắng chỉ dám yếu ớt xuyên qua tàng cây rậm rạp, nhẩy múa nhẹ nhàng trên vệ đường trải lá . Thỉnh thoảng một vài chú sóc nâu truyền cành xuống, nhìn tôi ngơ ngẩn, rồi lại thoăn thoắt leo lên.

Làm chợt nhớ:

Một buổi trưa không biết ở thời nào
Có chim hót, có nắng vàng, đủ cả..
Bạn cùng tôi đi giữa đường trải lá

(Huy Cận)

Ôi những con đường làng ngày xưa, ngợp mùi rơm hoa dại, có lũy tre xanh làm mái, có lá khô làm thảm trải đường, xào xạo dưới mỗi bước chân. Những buổi trưa thần thoại của tuổi thơ, với nắng vàng, với hoa bướm đủ mầu, với chuồn chuồn cánh mỏng như lưới nhện . Hạnh phúc đấy, những thoáng hạnh phúc mong manh như tơ trời, chợt tới chợt đi của một đời người.

Mà có lẽ hạnh phúc chỉ là một tâm trạng. Chẳng hạn như lúc này, tôi thấy thanh thản nhẹ nhàng. Tạo vật reo vui đón xuân sắp về. Mấy nụ crocuses bắt đầu nhu nhú trổ mầm qua lòng đất lạnh. Chim chóc bắt đầu quay trở lại . Sự sống tiềm tàng ở khắp mọi nơi. Những niềm vui nho nhỏ, dù là chỉ trong giây lát, cũng nên trân trọng giữ lấy và hưởng cho trọn vẹn.

Cuối đường Volta là một trường nữ tư thục công giáo, trường Visitation. Ngôi trường bề thế này được xây bằng gạch đỏ và chiếm một diện tích khá rộng trên đường 35. Qua cánh cổng hé mở, người ta có thể trông thấy thảm cỏ xanh mướt dọc con đường chính dẫn tới các tòa nhà lớn nhỏ rải rác bên trong. Bóng các nữ sinh mặc đồng phục , váy xanh lá cây, sơ mi vàng nhạt, thấp thoáng trong sân. Có những tiếng cười trong và ròn vọng ra, vô tư và thơ ngây... làm tôi chạnh lòng nhớ tới trường xưa bạn cũ.

Một toán sinh viên từ trường đại học tiến lại phía tôi, vui vẻ nói cười.

Tự nhiên tôi thấy cô đơn một cách lạ thường! Tôi thèm có một người tri kỷ để tâm sự, chia sẻ nỗi vui buồn. Một người bạn đã từng trải qua những giờ phút khắc khoải sau 1975, những căng thẳng khiếp đảm trong âm mưu chạy trốn, để có thể nhìn thấy, sau bề ngoài bình thản và chịu đựng của tôi, vết thương không bao giờ lành, kết tinh bằng tủi nhục và mất mát.

Đi dọc hết bức tường dài của trường Visitation là tới trường Georgetown. Cổng chính của trường mở ra trên một thảm cỏ xanh trải rộng, đối diện với tòa nhà Healy xám nhạt, cổ kính thanh nhã, với cái gác chuông cao vút nhìn xuống cầu Key vắt ngang sông Potomac. Trường này do cha John Carrol, thuộc dòng Tên, sáng lập đã hơn 200 năm, và là một trong những trung tâm giáo dục danh tiếng trên đất Mỹ.

Tôi làm cho thư viện của trường. Thư viện này có tên là Lauinger . Chỗ tôi làm gọi là Copying Services. Cũng là một việc khiêm nhượng. Tính sổ sách chi thu hàng ngày, ghi số chạy mỗi máy, và làm photocopies. Mới đầu chỉ được làm bán thời gian. Lâu dần được làm toàn thời gian thì lại phải làm ca tối.

Ngày nào cũng dài... thật dài! Cả tuần không được một lần ăn chung bữa cơm tối với chồng con, để có thể chia sẻ cuộc sống gia đình hàng ngày. Lúc về nhà thì đã quá mệt mỏi để có thì giờ săn sóc và theo dõi đàn con đang tuổi lớn.

Cứ thế mà ngày tháng trôi đi... Sáng sáng cặm cụi khâu vá, thu vén đống quần áo bẩn. Chiều vật lộn với mấy cái máy dầu mỡ và tính cộng trừ. Nhặt nhạnh từng đồng bạc để nuôi con và trả món nợ vượt biên. Con tôi đến tuổi dậy thì mà phải sống trong túng thiếu, không được manh áo đẹp hay tiền tiêu vặt. Nỗi ân hận không làm tròn bổn phận làm mẹ này ám ảnh tôi không nguôi. Người ta nói: cái khó bó cái khôn! Cái giá tôi phải trả để mua tự do cho cả nhà thật không rẻ!

Ở Copying Services, tôi có bà xếp Mỹ người da đen thật dễ thương và tử tế. Nhờ có bà khuyến khích và an ủi, tôi mới qua được cái ải ngôn ngữ khó khăn lúc đầu. Và cũng nhờ phải tiếp xúc với khách hàng thường xuyên, nên tôi mới chóng tấn tới trong việc xử dụng Anh ngữ.

Ở đời thường có sự bù trừ. Công việc tuy hèn mọn, nhưng ấm tình người. Thái độ trí thức cởi mở, bình dị dân chủ của các giáo sư, cách cư xử hồn nhiên và sốt sắng của các sinh viên, làm cho tôi thấy thoải mái và vui với công việc.

Chúng tôi sống theo mùa và nhịp sống của học đường.

Mùa thu, khi lá cây núi rừng Virginia bắt đầu đổi mầu vàng đỏ, thì cũng là ngày khai trường. Nam thanh nữ tú từ khắp các tiểu bang hớn hở đến nhập học. Thư viện bắt đầu chuyển mình sau mùa hè im vắng. Suốt từ tháng chin cho đến lễ Giáng

Sinh, thư viện không ngừng tuôn ra trăm ngàn pho sách mới, xuất nhập sách cũ, giúp sinh viên tìm tài liệu. Các máy Xerox chạy ngày đêm không nghỉ, nhất là vào các kỳ thi bán hay toàn kỳ.

Thu qua thì đông lại, với băng trơn tuyết giá, và những ngày nghỉ lễ cuối năm.

Sau cùng là khóa mùa xuân với hoa nở tưng bừng, để rồi kết thúc với lễ mãn khóa vào tháng năm, mùa của các loại hoa hồng.

Cứ thế, như một gia đình nhỏ, mùa này qua mùa khác, chúng tôi chia sẻ niềm vui nỗi buồn với mỗi đợt sinh viên đến làm việc với chúng tôi. Từ lúc ban đầu bỡ ngỡ bước chân vào ngưỡng cửa đại học, cho tới khi hội nhập với đời sống tập thể, lũ trẻ mới nhón lần đầu tiên xa nhà, xa cha mẹ, lúc nào cũng có thể tìm thấy sự an ủi, sự nâng đỡ đầy tình thương của bà xếp da đen phúc hậu này.

Chín giờ tối. Ngày làm việc của tôi kết thúc.

Bên ngoài đèn đường đã bật sáng. Sinh viên bắt đầu kéo nhau đi về phía đường M và Wisconsin, tìm giải trí về đêm.

Tôi bước ra khỏi thư viện, hít một hơi dài khí trong và lạnh. Có thứ hương gì thoang thoảng như mùi hoa cỏ dại, lẫn với vị thơm ngòn ngọt của honeysuckle. Ở khung trời thăm thẳm trên cao, ngàn vạn ngôi sao vằng vặc sáng.

Mỏi mệt sau mười hai giờ lao động hầu như tan

biến trước nhiệm mầu của sự sống và sự toàn hảo tuyệt vời của vũ trụ.

Thế là xong một ngày, một ngày ở Georgetown.

Nhớ lại những năm đầu lập nghiệp trên đất Mỹ

Để tưởng niệm Ann Bannerman

Fairfax Virginia tháng 11/1999

CƠM TRƯA TRONG THƯ VIỆN

Mến tặng mấy người bạn cùng sở

Ngày làm việc cuối cùng của năm 2000...

Bốn người Việt Nam trong thư viện Lauinger vẫn cùng nhau ăn trưa như thường lệ.

Lại một năm qua đi cho mỗi đời người! Bao nhiêu hồi hộp lo lắng trước ngưỡng cửa của thế kỷ 21 cũng bay đi như gió thoảng.

Thời gian đi nhanh đến nỗi... tâm hồn chưa kịp già , mà tuổi đã chồng chất lên đầu.

Chợt nhớ tới câu thơ của một thi sĩ xứ Liban:

J'écoute ce matin un vent prémonitoire
Annoncer des cheveux sur le point de blanchir,
Des voeux en agonie et des peurs en éveil,
Le jaune qui commence et le vert qui finit!

Fouad Gabriel Naffah

Tạm dịch:

Sáng nay nghe gió báo rằng:
Tóc đen tới lúc điểm sương trắng rồi!
Ước mơ trăn trở ngậm ngùi
Sợ ngày xanh mất, sợ trôi lá vàng!

Điểm sương thì tóc bà Lê đã trắng từ lâu. Ước mơ gì thì cũng tàn theo thời gian và vận nước. Ngày xanh đã hết. Những ngày vàng còn lại cũng mong manh như lá mùa thu.

Trong bốn người , bà lớn tuổi nhất. Hơn cô Lệ mười tuổi, ông Tô tám tuổi. Còn ông Phạm hình như cũng xấp xỉ tuổi bà hay kém một hai tuổi. Gần hai mươi năm làm việc cùng nhau trong khuôn viên đại học Georgetown, họ đã chia sẻ với nhau bao nhiêu niềm vui nỗi buồn, trong sở cũng như trong gia đình của mỗi người. Có đôi lúc vô tình làm phiền lòng nhau, nhưng rồi cũng bỏ qua, chấp nhất làm chi những chuyện thường tình.

Năm tháng qua đi, nhưng ngày nào họ cũng ngồi ăn bữa trưa với nhau ở căn phòng kính nhìn xuống sông Potomac, có con cầu Key vắt ngang, nối liền Georgetown cổ kính với khu kinh doanh Rosslyn đầy nhà trọc trời bên kia sông. Họ chia với nhau những món ăn đầy mùi vị quê hương, kể cho nhau nghe những chuyện xẩy ra trong cộng đồng người Việt ở Virginia, khắp năm châu bốn biển, trên trời dưới đất... Giản dị chỉ có thế, nhưng niềm vui không cần phải cầu kỳ vàng son mới là niềm vui.

Con cái mỗi người mỗi năm mỗi lớn, học hành

đỗ ra trường, đi làm, lấy vợ lấy chồng. Thoáng cái ông Phạm và bà Lê đã thành ông nội bà ngoại! Cô Lệ có ba cậu con trai, thì hai cậu đã hiển đạt, chỉ còn chờ ngày lấy vợ cho cô lên chức.

Hôm nay ông Tô mang ra mời các bà món khô cá sặc. Ông Tô là người Bạc Liêu, gốc Triều Châu. Ông có hai cậu con trai đẹp như tài tử Tầu trong phim chưởng . Ra đời ở Việt Nam nên ông thương Bạc Liêu vô cùng. Món ăn quê mùa thế mà gợi nhớ... Nhớ sông Cửu Long mênh mông chẩy tới Biển Hồ . Nhớ miền Nam phì nhiêu hiền hòa, ngọt mát nước dừa xiêm. Nhớ ruộng đồng bát ngát thẳng cánh cò bay, dọc ngang sông lạch xum xuê dừa nước, nhóc nhách ôi chao những cá cùng tôm!

Cá sặc là một loại cá nhỏ, mỏng mình nhưng chắc thịt và ít xương. Ngâm nước cho bớt mặn rồi chiên dòn, ăn với cơm trắng nóng hổi thì thật ngon hết cỡ! Khô cá miền Nam thì nhiều thứ nhiều loại lắm, nhưng ngon nhất vẫn là cá thiều và cá sặc, nướng lên nhậu với rượu đế , có thể nói là tuyệt vời! Ăn cá nói truyện ẩm thực đặc biệt Bạc Liêu. Ông Tô mơ màng nhớ lại món bún mắm rao trong đêm khuya thanh vắng, khi ông còn là cậu học trò thức trắng đêm dùi mài kinh sử. Nồi mắm thơm lừng trên lò than đỏ hồng ấm áp. Những tô bún lọn nhỏ, dẻo và mềm, ngập trong nước lèo trong vắt, điểm mấy miếng cá béo ngậy, ăn kèm với hoa chuối sắt mỏng, nêm thêm chút dấm và vài lát ớt đỏ. Ăn xong tô bún nóng hổi, đủ vị cay chua mặn chát, cậu học trò như thấy được hồi sinh! Rồi ông chê bánh cống bây giờ. Gì mà những bột là bột! Ngày xưa, ở Bạc Liêu, bánh cống chỉ có một lớp bột mỏng chiên dòn, trên đắp hai con tôm đỏ au, bao quanh lớp đậu xanh và lớp thịt ở giữa, vừa béo vừa bùi.

Chuyện miền Nam làm bà Lê nhớ lại những món quà Hà Nội ngày xưa, vào những năm trước khi di cư vào Nam. Bánh đúc sốt trắng tươi rưới mỡ hành xanh, điểm thêm vài lát bánh dầy đậu mầu vàng. Bánh khoai đạm bạc không nhân, chỉ lèo tèo vài miếng mỡ ròn, ấy thế mà càng nhai lâu càng thấy ngọt bùi. Cốm tươi ủ trong lá sen được gánh lên từ làng Vòng trong những cái thúng xinh xinh, mới vén cánh lá lên đã ngào ngạt hương lúa non và hoa đồng nội . Bánh dầy, bánh giò , chả cốm, giò lưỡi mèo mỏng như tờ giấy... ăn hoài không chán. Lại còn ốc nhồi nữa chứ! Những con ốc vàng óng béo ngậy, thả trong nước cay chua trong veo, ăn vào miệng cứ ròn sần sật , vui như tiếng pháo.

Có những buổi thức khuya học thi, nghe tiếng hàng rọng vọng trong đêm , tự nhiên thấy ấm lòng vô tả. Trời lạnh miền Bắc mà gọi hàng phở gánh đến trước nhà, xì xụp ăn tô phở nóng thơm mùi húng lìu, thấy tỉnh cả người. Hoặc gọi bà hàng bún chả vào nhà, ngồi xệp bên cạnh lò than ngắm bà quạt than nướng thịt, chỉ ngửi đã thấy ngon! Rồi gánh chè đậu xanh của chú khách với tiếng rao lục tào xá, chí mào phù... Rồi lạc rang nóng ủ trong bao của ông già Tầu, giọng khàn khàn trong gió lạnh:

hàn sôi phá sa à a à phá sa...

Hết kể chuyện ăn của một thời đã qua, lại lan man nghe chuyện văn nghệ của ông Phạm. Từ khi đi Việt Nam về, lúc nào ông cũng thẫn thờ ngẩn ngơ nhớ tiếng hát quan họ Bắc Ninh . Chả biết nhớ tiếng hát điệu hò hay nhớ người xưa cảnh cũ, mà lúc nào cũng nửa tỉnh nửa mê, người thì ở Mỹ, và hồn cứ phiêu diêu về tận nơi nào! Có hôm ông buồn rầu đưa cho bà Lê xem tấm hình ông chụp lúc hai mươi tuổi, để rồi lại thở than than thở, thương tiếc tuổi thanh xuân oanh oanh liệt liệt . Ông đàn ông hát, ông làm thơ tình. Ông muốn say sưa như Lý Bạch, ngâm bài Tương Tiến Tửu, rồi nổi hứng uống cạn cả một chai cognac! Ai cũng lác mắt phục tài! Cũng may, tuy mơ mơ màng màng như vậy, nhưng ngày nào ông cũng nhớ hâm đồ ăn hộ hai bà. Cứ đúng mười hai giờ , ra phòng ăn là cơm canh đã nóng hổi chờ sẵn. Chu đáo quá là chu đáo!

Những bữa cơm trưa mà thiếu cô Lệ thì bao giờ cũng sẽ kém phần hào hứng. Cô đến như trận gió, mang lại tin tức bốn phương, từ internet, từ đài phát thanh Ca Li, từ những bàn mạt chược gia đình, từ network bạn bè đông đảo của vợ chồng cô. Chị ơi, tin động trời... hôm nay ở internet em thấy ..Chị ơi, tội quá, con của bạn em mới 30 tuổi tự nhiên chết... Chị ơi, mừng cho mấy người bần hàn trúng số độc đắc, đúng là trời cho, ở hiền gặp lành... Cứ thế, tin buồn cũng như vui được ào ạt kể như những trận bão nhỏ, làm cho cuộc sống sáng vác ô đi tối vác về thêm sống động và bớt tẻ nhạt.

Buổi chiều, lúc ba giờ, hai chị em lại ngồi với nhau trong giờ nghỉ 15 phút. Chuyện đàn bà. Chỉ những chợ búa , giá cả, món ăn. Tết năm nay đến sớm . Rồng đi thì rắn đến . Mới vừa lo xong lễ Tạ Ơn và Giáng Sinh, chưa kịp trở mình, đã phải sửa soạn bánh chưng, giò thủ , dưa hành..! Cô bảo: khi nào chị về hưu , chắc em sẽ buồn lắm. Ngày nào chị em mình cũng gặp nhau, ríu rít như chim, thân như đôi tình nhân!

Nhưng biết làm sao?! Chiếc xe chạy mãi cũng phải có ngày bị phế thải . Dong ruổi mãi cũng phải có lúc dừng chân . Cuộc đời là một chuỗi những hợp tan tan hợp, có đó rồi lại không, chả có gì vĩnh viễn . Cha mẹ anh em thân yêu là thế, mà còn không giữ nổi, huống chi là những người bạn gặp gỡ trong từng giai đoạn của cuộc đời. Còn gặp nhau thì cứ vui . Vui cho trọn vẹn phút giây hiện có, bây giờ, ngày hôm nay. Ngày mai biết đâu mà tính, tính cũng chẳng được! Que sera sera ..

Đầu năm Tân Tị, sẽ có bữa tân niên đầy đủ bốn người. Sau tháng tư sẽ thiếu ông Phạm, rửa gươm gác kiếm ngay khi trăng tròn vừa độ... 65. Bà Lê cũng tuyên bố làm hết năm 2001 là tuyệt tích giang hồ.

Có thể cô Lệ và ông Tô sẽ buồn một thời gian, hụt hẫng thiếu vắng, nhưng dần dà rồi sẽ quên.

Một ngày nào đó, năm năm, mười năm sau...

nếu có ai hỏi cô Lệ hay ông Tô: có nhớ bà Lê không? bà ấy trước làm ở...

Rất có thể hai người bạn cùng sở ngày xưa sẽ vò đầu, gãi tai, tự hỏi:

Bà Lê? bà Lê nào nhỉ?

Georgetown tháng 1 năm 2001

TẠP GHI. HÈ 2002, GEORGETOWN

Từ khi ông Phạm về hưu cuối tháng tư, thư viện Lauinger vẫn tiếp tục hoạt động, bình thản như không có gì xẩy ra. Thảng hoặc có một vài người làm lâu năm với ông, thấy hụt hẫng thiếu vắng, thì cũng chỉ thời gian đầu, khi không thấy người đàn ông nhỏ bé đó nữa, ở cửa sau thư viện, kiểm soát người ra vào và những xe vận tải khổng lồ giao hàng và bưu kiện mỗi ngày.

Tháng nào mà chả có nhân viên mới vào làm việc, nhân viên cũ ra đi... Cho nên, chả mấy chốc, mọi sự lại rơi vào lãng quên... và cuộc sống lại đều đều nối tiếp . Sinh viên vẫn tất bật lo học lo thi. Sách vẫn được mượn ra lấy vào. Các phòng mua sách và xếp loại vẫn tiếp tục tuôn sách mới vào mạng lưới của trường. Những người còn phải đi làm vẫn tiếp tục kéo cầy, sáng vác ô đi tối vác về.

Cái bàn tròn trong phòng ăn ở lầu ba, nơi mấy

người Việt Nam vẫn quen ngồi ăn trưa, nay chỉ còn hai bà một ông. Rồi chẳng mấy chốc, sẽ còn lại một bà một ông . Bà Lê đang sửa soạn về hưu, đếm từng ngày trước khi rửa gươm gác kiếm... Và rồi cũng như ông Phạm, sự hiện diện hơn hai mươi năm của bà ở nơi này cũng sẽ chả để lại một dấu tích gì. Họa hoằn, lâu lâu... một thoáng lưu luyến, một thoáng nhớ... chợt tới chợt đi, tựa như giấc mộng.

Hơn hai mươi năm làm việc, lúc rũ áo ra đi, cũng chỉ như một cơn gió thoảng...

Mùa xuân của anh đào, dương đào, đỗ quyên, của hoa hồng... rực rỡ và ngào ngạt sắc hương , rồi cũng qua. Hè lại tới . Tử vi bắt đầu phô sắc thắm. Mỗi bông là một chùm những hoa nhỏ xinh xinh đủ mầu trắng, đỏ, tím, hồng, nở tưng bừng từ đầu tháng sáu đến cuối tháng tám mới tàn. Có người gọi hoa này là tường vi. Làm nhớ tới hoa tường vi ở nước mình, trong bài tình ca của những năm bốn mươi:

Hai ta cùng đứng bên bờ tường vi
Em nói rằng em sẽ chờ đợi anh
Và đừng nói đến phân ly...

Hai cô cậu hàng xóm tình tự bên hoa, hò hẹn yêu đương, thề nguyền chẳng bao giờ xa nhau... Nhưng thời đó, mấy anh chàng cứ đi xa hoài, đi đâu... chẳng biết? lúc về, tìm cô láng giềng ơi, không biết cô còn nhớ tới tôi... thì nàng đã lấy chồng từ lâu rồi! Thế là biệt ly ly biệt! Đa số các bài hát của mình là như vậy. Tình chỉ đẹp khi còn dang dở!

Bà Lê hướng mắt nhìn ra sân trường Georgetown rợp cây xanh bóng mát, chạy dài từ thư viện Lauinger, dọc theo tòa nhà Healy cổ kính, cho tới Copley Building và ICC (Intercultural center). Nắng trong như thủy tinh xuyên qua những tàng cây cổ thụ, điểm những đốm vàng trên thảm cỏ mầu ngọc bích. Rải rác đây đó hãy còn vài bông mộc lan nở muộn , thơm ngát và trắng ngà, đẹp hơn sen nhưng chóng tàn hơn. Trong những lúc đi dạo buổi sáng, cô Lệ và bà Lê hay nhìn trước nhìn sau, len lén ăn trộm một bông đem về cắm trong phòng làm việc. Những bông mộc lan ngào ngạt hương, hăng hăng mùi chanh, làm bà Lê nhớ tới Scarlet OHara trong chuyện "Gone with the wind", tới cuộc sống nhàn hạ vàng son của miền Nam nước Mỹ ngày xưa, trước nội chiến, trong những đồn điền trồng bông hay thuốc lá, phục vụ bởi những người nô lệ da đen , tới những kiều nữ đẹp như tranh ngồi dưới bóng mát cây mộc lan, lá xanh bóng mầu lục già, trong cái nóng nung người của cái miền đầy núi rừng trùng điệp này.

Những lúc đi bộ một mình, bà Lê có thói quen ghé vào nhà thờ để cầu nguyện. Trường Georgetown có tất cả bẩy nhà nguyện (chapels). Lớn nhất và đẹp nhất là Dahlgren Chapel of the Sacred Heart , nhưng bà Lê thích Crypt Chapel nhất. Nhà nguyện này ở dưới hầm Copley building, tường và sàn nhà bằng đá y như những lâu đài trong thời Trung Cổ.

Có một cái gì ấm áp và hiền hòa trong nơi thờ tự nhỏ bé và mát lạnh, lúc nào cũng ngập trong bóng tối này. Hình Chúa Giê Su và Đức Mẹ , họa theo lối Byzantine, từ cao nhìn xuống, thật nhân từ và tràn đầy tình thương. Quì trong thinh lặng, nghe lời Chúa gọi: Come to me, all you who labor and are overburdened, and I will give you rest... (Đến với ta, hỡi những ai cần lao cực khổ, gánh nặng đè vai, ta sẽ cho được nghỉ ngơi), thấy mệt mỏi như tan biến và bình an từ từ thấm vào tâm hồn. .

Năm nay, hè 2002, ông trời nghiệt ngã quá. Nhiệt độ liên miên nóng từ 95 đến 100 độ F, thêm độ ẩm càng thêm nồng nực. Khuôn viên đại học vắng lặng được hai tuần sau lễ ra trường, bây giờ lại tấp nập sinh viên từ khắp nơi đến học khóa hè, không kể các buổi hướng dẫn thăm trường cho các học sinh sắp lên đại học. Nhìn bọn trẻ mới lớn, hăm hở lo học hành, gây dựng tương lai, xây mộng yêu đương... con đường trải ra trước mắt tưởng như chỉ có gấm cùng hoa, bà Lê cũng thấy vui lây, sống lây trong chốc lát cái mộng bình thường nối tiếp triền miên qua bao thế hệ.

Hè này năm trước, trường Georgetown đã phải chia tay với ông Viện Trưởng hết nhiệm kỳ , tiễn bà Giám Đốc thư viện về hưu. Tiệc tiễn hành ông Viện Trưởng hết sức cầu kỳ trọng thể, tốn kém không biết bao nhiêu mà kể. Ăn uống, đàn hát suốt ba ngày. Nhân viên bao nhiêu ngàn người , không kể sinh viên, ăn uống thả dàn, hoặc ngoài trời, hoặc trong những rạp che khổng lồ có máy lạnh. Tòa nhà Healy được tạc thành một cái bánh chocolat vĩ đại bầy trên một cái bàn dài ba bốn thước.

Tiệc tùng sa hoa tốn kém là thế, mà năm đó thư viện thiếu tiền, phải cắt giảm ngân sách. Bà giám đốc về hưu để lại cả lô cải tổ nửa chừng, gây bao nhiêu phiền phức và hoang mang. Nào đổi phòng, đổi người, xé mảnh phòng nổi tiếng có tổ chức như phòng thính thị... khiến nhiều nhân viên bất mãn. Trong khi đó, sách tới nhỏ giọt, nhân viên không có việc ngồi ngáp ngắn ngáp dài! Thời buổi điện tử, lúc kinh tế lên thì lên như diều, lúc xuống thì xuống dốc không phanh. Thiên hạ bên ngoài bị mời về nhà đuổi gà vô số kể. Thành ra chẳng ai dám than thở một câu, còn giữ được cái việc còm cõi này hãy còn là có phước.

Hôm nay cô Lệ vừa ngồi xuống bàn ăn đã nói với bà Lê: chị ơi chị đặt tên cho con nhỏ mập phòng em là gì? Tên nó bắt đầu bằng chữ G, đọc theo kiểu Mỹ là di, tiếng Việt là dê, thôi gọi nó là Dê đi. Sở cô còn có bà Ba Xị Đế , giọng lè nhè như người xay bia, chuyên môn đi sớm về muộn. Dưới quyền bà có nhỏ Đô Rô Thi, được gọi tắt là Đô, nhỏ Ê Li Da Bét nói liên tu bất tận nên gọi là Lê La, nhỏ Cờ Lô Đét gọi là con Phi trẻ, cho khác với con Phi già hãm tài phòng bà Lê.

Mấy người Việt Nam khi nói truyện với nhau vẫn tránh nói tên Mỹ của những người Mỹ làm cùng sở, nên mới có cái trò đặt tên này. Thư viện thần học có ông Pôn, lúc nào thấy ai cũng trịnh trọng chào tới chào lui, một ngày không biết bao nhiêu lần. Bề ngoài lịch sự là thế, mà đối với nhân viên dưới quyền rất nhỏ mọn khó chịu. Bèn được tặng cái tên là Nhạc Bất Quần. Khoảng mươi năm nay, có thêm ông xếp lớn coi cả hai phòng Access và Reference là ông Mác. Ông có dáng đi yểu điệu, ăn nói từ tốn nhỏ nhẹ, thấy ai cũng gật đầu chào, rất dễ thương. Trông bề ngoài hiền hòa là thế, mà nhân viên dưới quyền cứ xin nghỉ hoài. Có người khóc uất lên vì hận! Té ra ông cũng là một Nhạc Bất Quần thứ hai, và ông được mấy ông bà Việt Nam gán cho danh hiệu là Ma.

Phòng xếp loại sách (cataloging) của bà Lê cũng có những nhân vật khá đặc biệt. Đàn bà thì hầu hết bình thường, nghĩa là cũng có chồng có con như ai. Mụ xếp Phi hơn hai mươi năm ở đây, oanh oanh liệt liệt một thời, mượn thế được xếp lớn trọng dụng, đè đầu đè cổ nhân viên dưới quyền, đã lên chức bà ngoại như bà Lê. Mụ mới mất chức supervisor hơn một năm nay, mũ mãng cân đai bị lột, ngơ ngẩn cả người. Bà Lê làm với mụ ta từ 1986, khi bạn khi thù, lúc nào cũng phải dùng thế lăng ba vi bộ để tránh né chưởng độc. Bây giờ bình đẳng, chị cũng như tôi! Cô Tầu gốc Đài Loan, mới ngày nào chân ướt chân ráo vào làm với cái bằng Masters mới toanh từ trường Wisconsin, nay đã có chồng có con, mới đây lại còn được lên làm xếp lớn của phòng xếp loại sách, đánh bạt cô Jenny chính cống gốc Mỹ và thâm niên hơn.

Người ta bảo đàn ông mà làm thư viện, nhất là ở những chức vụ tầm thường như của bà Lê, vẫn có cái gì không ổn. Mà quả thật, những người đàn ông Mỹ làm chung với bà, không ai có vợ con bình thường, người nào cũng độc thân. Lớn tuổi nhất là ông Mắt Nhướng, tên thật là Todd, cao lớn đẹp trai, mỗi lần nói thì lại nhướng đôi mắt xanh đục nhờ nhờ như nước biển Đại Tây dương, nhíu lại như muốn đặt một dấu hỏi. Có vẻ ông này chẳng mê đàn bà, mà cũng khômg thích đàn ông, chỉ mê cây cảnh. Nhà ông nhiều cây đến nỗi phải mang bớt vào thư viện , bầy la liệt cái góc làm việc của ông, y như một cái vườn nho nhỏ xanh rờn.

Tiếp đó là anh chàng Còm, tên thật là Thomas, gốc Massachussetts, đất lập nghiệp đầu tiên của những người Anh Cát Lợi, nơi mà những người Mỹ sinh trưởng ở đó rất tự hào là có gốc gác lâu đời. Có vẻ gia đình hắn thuộc giai cấp khá giả, vì hắn được ăn học tới khi đỗ Masters về thần học, và đã đi Âu Châu mấy lần. Nhưng hắn chẳng tiêu biểu tí nào cho cái giới thượng lưu này! Quanh năm mặc một cái quần din cũ sờn, đi hoài một đôi giầy mòn gót, lúc nào cũng lo lắng đăm chiêu, y như cười là cả một sự khó khăn, và sống là một sự nhọc nhằn! Khó mà biết hắn thích loại người nào và dĩ nhiên là hắn độc thân.

Sau cùng là hai chàng Mỹ trẻ, Michael và Christopher , cùng tốt nghiệp ở Georgetown ra. Một anh đỗ Masters về Xã Hội học, một anh về Anh ngữ. Tìm chẳng ra việc, đành phải làm cái việc còm cõi này, như bà Lê. Có thể chán nản vì học hành cao mà không gặp vận, nên họ làm việc tà tà, nhẩn nha cho ngày tháng qua đi, an phận với công việc nhàn nhã nhưng bế tắc này. Cả hai chàng đều không thích đàn bà!

Thế rồi thời gian cứ trôi, nhanh như ngựa phi qua cửa sổ. Cái đám nhân sinh nhỏ bé này cũng già theo năm tháng, cũng trải qua những lúc thương lúc giận, lúc vui lúc buồn, đủ hết hỉ nộ ai lạc của một đời người. Tính ra từ năm 1981 là năm bà Lê bắt đầu làm việc ở đây, cho đến bây giờ là giữa năm 2002, biết bao nhiêu là thay đổi đổi thay. Mới ngày nào, mấy đứa con bà còn xếp sách trong thư viện để kiếm tiền tiêu vặt, bây giờ cô nào cũng nhà cao cửa rộng, bận rộn hết chồng con lại đến việc làm. Con trai lớn cô Lệ mới ngày nào còn bé tí, bây giờ đã lấy vợ cho mẹ lên chức mẹ chồng. Sang năm là con lớn ông Tô ra trường làm nha sĩ. Hầu hết các bà sồn sồn đã trở nên bà nội bà ngoại .

Hai mươi năm làm việc bên nhau, tâm sự chuyện vui chuyện buồn, chuyện chồng chuyện con, thành ra thân thiết còn hơn họ hàng. Lâu lâu bà Vê Vê (Vivian) lại hỏi thăm bà Lê: How's my pretty girl? And the Navy girl .. and Ann, and the Terror? hết con đến cháu... Ai ngờ mà cháu lớn nhất của bà đã lên mười!

Những bữa ăn trưa ở thư viện, hè năm nay, hãy còn ông Tô , cô Lệ , bà Lê... Sông Potomac muôn đời hãy còn đó. Cầu Key vẫn ngày ngày kiên nhẫn đưa người đưa xe từ Virginia vào Washington D. C. và ngược lại . Qua cửa kính lớn của phòng ăn lầu ba, mọi người vẫn chứng kiến bốn mùa thay đổi và sinh hoạt trong trường. Ba người bạn Việt Nam vẫn làm ngần ấy cử chỉ cho bữa ăn. Lau bàn, trải giấy, hâm cơm. Vẫn chia cho nhau những món ăn đặc biệt và kể cho nhau những chuyện trên trời dưới biển cùng thời sự giật gân.

Mà thời sự giật gân thật! Kinh hoàng hơn cả những phim kinh hoàng nhất của Hollywood! Ngày mười một tháng chín năm 2001, khủng bố đâm máy bay vào World Trade Center ở Nữu Ước và Pentagon ở Hoa Thịnh Đốn, thiêu rụi hai cái tháp (Twin Towers) và một phần Ngũ Giác Đài, đốt thành tro hơn năm ngàn người vô tội .

Nhân viên hôm đó đổ xô lên lầu năm nhìn lửa bốc từ xa, từ Ngũ Giác Đài, lo sợ và hoang mang... Rồi, chẳng ai bảo ai, mọi người đều buồn rầu cầu nguyện cho đất nước này, mảnh đất tạm dung đã trở thành quê hương của những người tị nạn từ năm châu bốn bể đến tìm nguồn sống, thân quí vô cùng.

Niềm đau cũng xót xa chẳng kém niềm đau khi bị mất quê hương xưa cũ.

Chẳng còn bao lâu nữa, bà Lê sẽ giã từ ngôi trường này. Một phần đời của bà đã qua ở đây, đã được nuôi dưỡng và thêm phong phú nhờ những cuốn sách bà làm hàng ngày. Những cuốn sách mang lại cho hết thế hệ này đến thế hệ khác sự hiểu biết về vũ trụ và con người.

Cô Lệ buồn rầu bảo: lần này thì em không giữ chị lại nữa đâu, có giữ cũng chả được!

Đúng thế cô Lệ ạ, giờ nghỉ ngơi của tôi đã tới.

Georgetown, tháng 7/2002

CHO NGÀY THÁNG QUA ĐI

Ông già ngồi lọt thỏm trong cái ghế bành nâu. Nắng buổi sáng từ cửa sổ chiếu vào những sợi tóc muối tiêu, nhẩy múa trên những chậu cây kiểng trong căn phòng khách rộng. Gió bên ngoài làm đong đưa những tàng lá dogwood lai trước cửa, vẽ trên tường những bức tranh linh động, luôn luôn biến đổi , với những nét chấm phá lạ kỳ. Người đàn bà gánh trái cây, trong bức tranh thêu treo trên tường, y như bị những vệt nắng đẩy ra khỏi khung gỗ, chân bước nhịp nhàng theo tà áo bay bay, nghiêng nghiêng dưới sức nặng của mấy thúng cam quit chin vàng. Căn phòng đầy ánh sáng và thinh lặng, như tâm hồn của người già đang ngồi kia, đã hết hệ lụy của trần gian bon chen, bình thản nhìn thời gian tí tách rơi.

Ông Trần yêu những buổi sáng như vậy, trong cái ghế bành thân yêu , trong căn phòng thân quen với những bàn ghế và vật dụng đã dùng từ bao nhiêu năm. Ông lắng nghe tiếng chim kêu , tiếng trẻ con hàng xóm reo đùa trước ngõ, tiếng nhạc của xe kem ngoài phố, tiếng ầm ì của xe cộ từ xa vọng lại. Hình như, khi sức khỏe chỉ còn như ngọn đèn leo lét gần hết dầu, những tiếng động của cuộc đời bên ngoài làm cho mình cảm thấy sự sống hãy còn ấm nóng trong cái thân đã tàn nguội, và sự hãy còn hiện hữu của mình trong thế giới này như một phép lạ thật nhiệm mầu.

Mùa xuân năm 2008, ông đúng 83 tuổi. Ngày tháng như thoi đưa. Khi còn trẻ , cứ nghĩ đến tuổi bẩy mươi đã là già lắm rồi, đủ thọ để đi chầu ông bà. Thế mà đã sống được thêm hơn mười năm. Ăn vẫn thấy ngon nhưng không được nhiều, ngủ vẫn còn say nhưng cũng nhiều khi chập chờn mộng mị.

Tất cà tứ chi và khí huyết cứ như tiêu mòn dần, cử động mỗi ngày một chậm chạp và yếu đuối thêm. Nhưng cũng may, ông còn tự lo được cho mình, không phải phụ thuộc vào người khác trong việc ăn uống hay vệ sinh. Vẫn chậm chậm chống gây leo thang lên lầu buổi tối để đi ngủ, chỉ những khi nào quá đau chân, ông mới để bà dìu đỡ. Ai cũng bảo thế là có phước. Mà ông có than khổ bao giờ đâu!

Tính ra, hai vợ chồng già sống với nhau đã được gần năm mươi năm. Các cô con gái đã thành những thiếu phụ trung niên, và mấy đứa cháu ngoại ngấp nghé trở thành thiếu nữ, chả mấy chốc lên đại học . Thời gian đi nhanh đến giật mình!

Bà cũng về hưu đã được gần sáu năm . Làm việc đến sáu mươi tám tuổi mà lúc ra đi hãy còn luyến tiếc. Mấy tháng đầu ở nhà, bà thấy hụt hẫng , chả biết làm gì cho hết thời giờ. Bà nhớ hùi hụi những quyển sách bà làm hàng ngày, thơm phức mùi mực mới, mỗi quyển là một kho tàng phong phú chứa đầy bí mật của trời đất và con người. Bà nhớ da diết những người bạn cùng sở, sau hai mươi năm làm việc với nhau, đã trở thành thân thiết như một gia đình nhỏ. Bà nhớ khuôn viên đại học Georgetown, nơi bà đã san sẻ với bao nhiêu thế hệ sinh viên những vui buồn của học hành thi cử, những thăng trầm trong cuộc đời lao động của bà.

Nhưng chẳng nhẽ đi làm đến bao giờ? Đã có nhiều lúc bà thấy thấm mệt , lái xe nhiều khi muốn ngủ gục sau một ngày dài cặm cụi với đống sách. Thề là bà về hưu... Và thích ứng gì, chứ thích ứng với ngày nào cũng là thứ bẩy thì cũng dễ thôi.

Tiếng khua đũa bát trong bếp làm ông giật mình bừng tỉnh giác ngủ ngày. Bà ơi, sắp cơm tối hay cơm trưa đây nhỉ? Cơm trưa, khổ lắm, sao ông ngủ nhiều thế? Dậy đi bộ quanh xóm cho khoẻ rồi về ăn cơm là vừa. Tai ông càng ngày càng nghễnh ngãng, nói với ông cứ phải nói to, nhắc đi nhắc lại, nhiều khi bà phát cáu. Bà cáu thì ông lại dỗi! Ấy, thế giới của người già cứ lẩm cẩm như thế! Khi nào trời nắng đẹp, dục ông đi bộ, thì bao giờ ông cũng cằn nhằn: biết rồi, khổ lắm, nói mãi! Mà không dục thì ông cứ nằm ì cả ngày trong cái ghế bành trong phòng khách. Nằm nhiều quá gân cốt cứng lại, đứng lên ngồi xuống càng khó khăn thêm, và lại càng không muốn ra khỏi cái ghế. Cứ như vậy mà sức khỏe suy kém dần. Và sức khỏe suy kém cũng một phần là do từ trẻ đã có bệnh lười không chịu hoạt động cất nhắc ngay cả những việc nhỏ nhặt nhất. Ối thôi, kể tôi lười thì ông nhiều lắm! Bây giờ yếu đuối thì còn có cớ để khỏi phải động ngón tay, nhưng ngay cả khi ông còn khoẻ, ông cũng nhất định không mó tay làm một việc gì hết. Mỗi lần nghe mấy bà bạn kể ông chồng này rửa bát, đi chợ, ông kia lo giặt ủi, ông nọ lo làm vườn, bà cũng tủi thân... buồn năm phút. Nhưng biết làm sao... dậy chồng đáng nhẽ phải từ thuở lon ton mới về! bây giờ đành chịu kiếp chị sen, anh bồi và bác làm vườn vậy.

Thật ra cũng có một việc mà ông thích làm, còn mau mắn là đằng khác, đó là lâu lâu dịch cho cô Hoa. Chắc ông nghĩ, bà đoán vậy, công việc này vừa cho óc làm việc, vừa lâu lâu có chút tiền còm đút lót cho bà già trầu.

Ngày tháng cứ nhẩn nha trôi. Sáng nào hai ông bà cũng ngồi ở cái bàn trong bếp, uống cà phê, ăn điểm tâm, đọc báo lai rai cho đến hơn mười giờ. Don dẹp loanh quoanh một chút, lại đến giờ ăn trưa . Giang sơn của ông bà ban ngày là cái bếp và phòng khách với cái ti vi và máy vi tính. Đủ cho ông giải trí khi sự xê dịch bắt đầu khó khăn và sự sống bắt đầu thu hẹp. Cái bếp như một ẩn náu ấm cúng, có ảnh con cháu treo đầy tường và bàn thờ tổ tiên đủ cả các cụ bên nội và bên ngoại. Hai người già ngồi đó mỗi ngày, chia vui sẻ buồn với quá khứ và tương lai. Đôi khi ông nhớ lại những chuyện từ ngày xửa ngày xưa, những ngày còn thanh niên ở Hà Nội đi học trường Albert Sarraut, những lúc đi bát phố ngắm những tà áo bay bên bờ hồ Hoàn Kiếm, những ngày còn bé về quê ngoại ở Hữu, hay quê nội ở làng Từ Ô. Thân sinh của ông hiền hòa nhìn từ trên cao, từ chiếc ảnh thờ, xuống người con trai tuổi đã xế chiều, đang kể lại những chuyện xẩy ra năm sáu mươi năm trước, ở những nơi chốn xa lắc xa lơ, y như thuộc một tiền kiếp nào.

Người ta bảo người già sống nhiếu với quá khứ hơn hiện tại. Nhất là khi hiện tại chỉ là một chuỗi ngày dài bệnh tật và đau yếu. Nhớ lại dĩ vãng là một vượt thoát tuyệt vời cho tâm trí không còn đủ minh mẫn để đối phó với thực tế mỗi ngày . Chỉ mới có hơn mười năm thôi chứ mấy, hai ông bà còn đi xe điện ngầm lên Hoa Thịnh Đốn xem triển lãm tranh, tản bộ ngắm hoa anh đào quanh hồ Tidal Basin, tà tà ghé tiệm cà phê Starbuck nhâm nhi tách expresso. Lúc đó chân hãy còn như có cánh (tuy rằng cánh có trụi ít lông rồi!) và lòng còn tràn đầy mộng hải hồ .

Cái bàn trong bếp cũng là nơi độc nhất hai ông bà ngồi bàn truyện gia đình hay thế sự. Kinh tế khủng hoảng, chiến tranh khủng bố, đạo lý suy đồi. Con nào mất việc thì buồn, con nào còn việc thì vui. Các cháu nhớn lên như măng mọc, như gió cuốn trong một thế giới tranh đua, mỗi ngày một khó khăn.

Cứ thế, ngày ba bữa, hai người già ngồi với nhau trong bếp, cho ngày tháng qua đi.... Cơm xong, ông lại trở về cái ghế bành thân yêu, với cái tăm và chén trà nóng, ti vi làm nhạc đệm.

Sáng nay tỉnh dậy thấy tuyết đầy ngõ. Những cành cây khẳng khiu đã được trang điểm bằng những chùm hoa trắng. Trận tuyết đầu tiên của mùa đông 2010.

Bà Lê nằm yên trong giường, nghe ngóng những tiếng động ở giường bên, nhưng chỉ thấy im vắng tứ bề. Chiếc giường của ông không còn ở đó nữa, vì ông đã đi rồi... Ấy thế mà đêm đêm bà vẫn mơ hồ như còn nghe thấy bước chân ông chập choạng theo tiếng gậy lọc cọc vào phòng tắm, tiếng ông ho khan từng hồi, tiếng khạc nhổ và sau đó là luc đục tìm nước uống.

Ông ra đi vào mùa hè năm 2009, sau gần một năm chiến đấu với bệnh tật và đau đớn. Tất cả tim phổi thận và máu huyết y như bùng lên một lúc, tàn phá cái thân đã sẵn yếu đuối. Trong những ngày cuối cuộc đời, chất độc trong máu thấm vào óc, làm ông nhiều đêm có những giấc mộng kỳ lạ hãi hùng . Và ông kêu thét lên, sợ hãi, vung chân tay chống trả như bị ai đánh đập. Cứ nằm ngủ là ác mộng, đến nỗi ông sợ không dám nằm Ông sợ ông mất trí.

Cứ thế mà ngồi khòm khọm cả đêm làm bà cũng xót xa ngồi luôn với ông, cùng thức với nhau. Rồi có khi thức cũng mê hoảng, thấy trong phòng đầy người lô nhô như đón chờ. Người ta bảo khi nào mình gần chết thì những linh hồn bà con đã qua đời hiện ra như muốn lôi kéo mình đi. Có lần ông đang ngủ ngon thì bà đánh thức dậy để đưa đi bác sĩ. Ông bảo: sao đánh thức làm gì, ông đang ở nhà thờ vui lắm, mọi người đang chờ để đưa ông đi.

Những ngày tháng cuối cùng của ông là một chuỗi bất tận còi hụ cấp cứu, những ngày nằm liệt giường ở nhà thương , thân gầy trơ xương lô nhô dăm bẩy loại dây dợ cắm vào người, bầm tím thịt da. Lâu lâu mới có những phút ông được ở nhà bình yên, được khoan khoái nằm trong cái ghế thân yêu, nhắm mắt ngủ trong cái không gian quen thuộc của mình. Đó là khoảng thời gian hiếm hoi giữa những buổi lọc máu, nếu không phải đi bác sĩ. Những lúc đó, nếu ông cảm thấy dễ chịu, ăn ngon miệng, chân không đau, thì hai ông bà lại kéo dài bữa ăn sáng ở trong bếp, đọc báo và nói truyện nhát gừng với nhau, lòng tràn đầy tri ân đấng Tối Cao và dâng lời cảm tạ. Hôm nào trời nắng đẹp, và ông cảm thấy khỏe, ông đòi bà đưa ra sân sau đi bộ sưởi nắng. Hít một hơi dài không khí trong mát bên ngoài, nhìn lên bầu trời trong xanh, nắng ấm làm máu chạy khắp chân thân, ngạc nhiên thấy mình còn sống, còn biết yêu và thưởng thức vạn vật tươi đẹp chung quanh, có cảm giác như nắm được trong khoảng khắc một thoáng thiên đường.

Bây giờ thì ông đã thật ở một cõi khác rồi, rất bình yên, hết đau hết khổ. Có thể đang ở thiên đường sau khi đã làm hòa với Chúa. Chỉ biết là khi thở hơi cuối cùng, mặt ông thanh thản hồng hào. Ra đi không cần trăn trối, vì sống với nhau hơn 48 năm, có cần gì để nói khi đã san sẻ với nhau cả một cuộc đời dài nửa thế kỷ...

Cái ghế bành da nâu vẫn còn đó trong phòng khách như rộng hơn... Nắng vẫn chiếu vào người đàn bà gánh trái cây và gió làm rung rinh những vết chấm phá in hình cây lá bên ngoài trên thảm. Đôi khi giật mình tưởng như ông hãy còn ngồi đó, đang chữa bài cho ông Tấn hay xem lại bài dịch cho cô Hoa.

Tuy vẫn biết là có sinh có tử, nhưng sinh ly tử biệt vẫn buồn quá đi thôi.. vẫn có vị đắng... khi một phần đời của mình cũng theo người đi mà chết . Phần còn lại vẫn phải sống, nhưng đôi khi thấy nhạt nhẽo vô vị làm sao! Người ta bảo thời gian sẽ từ từ xóa hết nhớ thương.

Thôi thì cứ chờ xem sao...

Fairfax, tháng tư 2010

TẠ TỪ

Thu ở trần gian có lạnh không?
Heo may còn nám má em hồng?
Nắng có còn vương, vương tóc rối?
Có còn thương nhớ, nhớ anh không?

Thân lạnh, anh nằm đây, mộ yên.
Lòng anh đã hết mọi ưu phiền,
Hết còn vội vã theo danh lợi,
Tâm nhẹ, lâng lâng một chữ thiền.

Anh chỉ còn lo cho em thôi,
Đêm đêm lẻ bóng một thân côi
Lệ rơi đẫm gối thừa, chăn lạnh,
Sầu nghẹn dâng đầy, mộng tả tơi!

Lau mắt đi... đừng khóc nữa em,
Đừng thao thức nữa, nhớ trông anh.
Cõi âm anh ở, mờ nhân ảnh
Hờ hững sân si, vắng bụi trần.

Duyên phận đôi mình chỉ thế thôi,
Âm dương cách trở, mất nhau rồi!
Đường trần em gắng đi cho hết
Mưa nắng buồn vui trọn kiếp người.

Tạ từ em bài thơ hôm nay
Trân trọng ghi lòng những phút giây
Bên em thắm đượm tình phu phụ
Yên giấc ngàn thu , kỷ niệm đầy...

Fairfax 2009

TRUNG TÂM LỌC MÁU

Bà Lê vừa bước ra khỏi chợ Shoppers, bỗng đứng khựng lại...

"Ai như bà Shubin?"

Bà cụ đang chờ xe trước cửa chợ, dáng người thấp nhỏ, lưng hơi gù, mái tóc bạc chải chuốt bới cao, sao thấy quen quá !

"Bà Shubin, có phải bà Shubin không?"

Người đàn bà đứng tuổi từ từ quay lại, mắt hấp háy nhìn bà Lê, ngỡ ngàng:

"Ô bà Lê! Trời ơi, lâu quá không gặp!"

Hai người đàn bà già nua run rẩy ôm lấy nhau, mừng mừng tủi tủi.

Ba năm trước, họ gặp nhau ở trung tâm lọc máu Da Vita..

Thời gian quen biết chưa đầy bẩy tháng, nhưng họ đã chia sẻ với nhau cả gánh lo toan của một đời người. Họ là bạn đồng hành của những ngày tháng đưa chồng đi lọc máu. Họ là bạn đồng hành của những ngày tháng khắc khoải , những giờ phút tuyệt vọng mỏi mòn bên cạnh người chồng đang chiến đấu với bệnh tật và tử thần .

Ông bà Shubin là người Mỹ gốc Do Thái. Ông bị cưa cụt cả hai chân vì bệnh tiểu đường và phải thở qua máy truyền dưỡng khí..

Những ngày lọc máu, hai vợ chồng già phải dậy thật sớm để chờ xe, loại xe chính phủ đặc biệt cho người già, khi thì Fast Tran khi thì Metro Access. Xe đón lúc nào cũng tới quá sớm, mà khi về thì bao giờ cũng quá muộn, nhiều khi tối mịt mới về được tới nhà ... và lúc đó thì cả hai người già đều gần như kiệt sức! Cứ thế, suốt ngày chờ chồng , từ 9, 10 giờ sáng cho tới 5, 6 giờ chiều, bà Shubin cả ngày ngồi khòm khọm trên chiếc ghế không lấy gì làm thoải mái, trong phòng đợi, không biết đã bao nhiêu ngày tháng?

"Tôi vẫn giữ cái thiếp của bà, từ 2009, báo tin ông Trần qua đời.

Tôi chờ hoài mà bà không tới!"

"Tôi không dám tới. Trung tâm như cái hộp Pandora, đầy kỷ niệm những ngày cuối cùng của chồng tôi...

Mở ra ... buồn lắm! "

Chỉ thế, mà nước mắt đã muốn rơi!

Ba năm rồi... mà sao vẫn như mới chia tay!

"Ông Shubin có khoẻ không bà?"

"Ông ấy mất rồi, một năm sau khi chồng bà ra đi ."

Bà Lê lặng buồn. Tội nghiệp bà Shubin. Tội nghiệp cho những người mất bạn đời...

Bà an ủi bạn .. và cũng tự an ủi mình:

"Ông Shubin được an nghỉ rồi. Cả hai ông đều được an nghỉ. Không còn đau đớn nữa! Và người sống vẫn phải sống. Bây giờ bà đã có thể ngủ được rồi."

"Bao nhiêu năm lo cho chồng, tôi chỉ thèm được một giấc ngủ dài! Bây giờ được ngủ thì tôi lại không muốn ngủ nữa! Tôi muốn thao thức hoài để tiếp tục được bận rộn săn sóc cho ông ấy...

Không gian như chìm trong yên lặng. Nỗi cô đơn như đọng thành băng. Nghe như có một tiếng thở dài rất nhẹ, vọng từ đáy tim... .

Đầu năm 2009, khi bác sĩ tuyên bố ông Trần phải lọc máu vì thận suy, một bà bạn bên Pháp đã tuyên bố một câu xanh rờn: *mais, c'est la galère*!

Ngày xưa, tù khổ sai bị xiềng trong những thuyền buồm lớn, phải trèo thuyền suốt ngày đêm, không ngơi nghỉ, chẳng bao giờ được ra khỏi hầm tầu để nhìn thấy ánh sáng mặt trời... Người bị lọc máu cũng thế thôi! Không cần vào tù mà vẫn bị giam chung thân! Không ai xiềng xích mà vẫn chẳng đi đâu được! Một tuần ba lần lọc máu, nằm bốn tiếng để người ta rút máu ra, bơm máu vào. Thân thể bị vắt như vắt nước, cứ dần khô kiệt. Ngày hôm sau nghỉ lấy sức cho hôm tiếp lại lọc máu... Cứ thế... cuộc đời của người bệnh cũng như người coi bệnh cứ xoay quanh cái vòng lẩn quẩn không lối ra...

Trung tâm lọc máu DaVita ở trên đường Pender Dr, Fairfax. Từ nhà bà Lê, lái xe tới đó chỉ chừng 15 phút.

Nhìn bên ngoài , trung tâm này chẳng có vẻ gì là một trung tâm y tế. Bên trong lại nhỏ hẹp và thiếu cái sạch sẽ tinh khiết của một nơi chữa bệnh, nhất là bệnh liên quan tới máu huyết dễ bị nhiễm độc.

Căn phòng lớn cho bệnh nhận không có giường, chỉ có hai dẫy ghế dài xếp dọc theo hai bên tường. Ghế nào cũng được gắn một máy truyền hình nhỏ và một cái bàn đủ để một chai nước và đồ dùng lặt vặt. Bên cạnh là máy lọc máu khá lớn, đầy dây lòng thòng, cao bằng đầu người.

Phía ngoài, căn phòng đợi chỉ rộng chừng sáu thước vuông, với dẫy ghế xếp theo hình chữ U dọc ba bức tường.

Ngày đầu, khi gia đình bà Lê đưa ông Trần tới, người đợi đã ngồi gần hết ghế. Từ cửa vào đến giữa phòng ngổn ngang xe lăn. Những người ngồi xe lăn phần nhiều là đã bị cưa chân vì bệnh tiểu đường, như ông Shubin , nhưng cũng có người chân yếu quá đi không được, như ông Trần.

Bà Lê nhìn quanh. Chỉ thấy những bộ mặt hốc hác mỏi mòn!

"*Welcome to hell* " Một bà Mỹ tương đối còn trẻ mà hai chân đã bị cưa đến bẹn, thốt lên chua chát.

Góc bên kia, một ông Ấn Độ gầy trơ xương, mặt xám xịt, ngồi dúm dó trong 1 chiếc xe khác, thỉnh thoảng lại rú lên, y như bị đánh.

Bà Mỹ ngồi cạnh tôi cười: *"Bà đừng sợ, rồi sẽ quen đi. Không phải ngày nào cũng thế đâu"*.

Rồi bà tiếp tục ăn cái hamburger đầy mayo và phó mát mua ở McDonald.

"Bà không phải ăn kiêng à?' tôi e dè hỏi.

"Kiêng làm quái gì, lát nữa họ sẽ lọc hết chất độc trong máu cho tôi, khỏi lo".

Tôi nhìn bà. Trạc trung niên, béo mập, quần áo tóc tai lếch thếch rã rợi. Không phải hiện thân của sức khoẻ và yêu đời! Chỉ là chán chường buông thả!

Nguyên nhân gì đã khiến những người phải lọc máu bi quan như vậy? Có phải cái cảm tưởng bị xiềng vĩnh viễn trong cái vòng lẩn quẩn rút máu ra bơm máu vào không bao giờ ngừng? Bởi vì ngừng thì chất độc sẽ phá tung cơ thể? Có phải cái cảm tưởng hoàn toàn bị khống chế bởi chính thân thể nổi loạn của mình?!

Ngày xưa, khi đọc cuốn "Le pavillon des cancéreux" của Soljenitsyn , tôi như nghẹt thở trước sự tuyệt vọng của những bệnh nhân bị tế bào tàn phá. Nỗi tuyệt vọng bốc lên không gian như một làn mây mù ảm đạm bao phủ cả khu bệnh viện này... Họ không còn gì để bám víu nữa. Không còn hy vọng nữa... Tế bào thối rữa cứ lan tràn như một trận cuồng phong... Sự sống cứ cạn dần... Thuở đó chưa có trị hóa hay chạy điện như bây giờ, nhưng những tiến triển y học này cũng chỉ là ánh sáng hãy còn yếu ớt của một đường hầm rất ít lối ra...

Khi ông Trần bị tuyên bố phải lọc máu, cũng

tưởng ít nhất kéo dài được sự sống một thời gian. Cũng tưởng sẽ được hưởng ít ra vài ngày trong tuần sinh hoạt bình thường , trong một không gian quen thuộc thu hẹp... . Hai ông bà đã chuẩn bị tinh thần để nương vào nhau mà tồn tại, trong căn nhà nhỏ mua từ năm 1991. Bà sẽ nấu cho ông những món ăn ông ưa thích. Thỉnh thoảng , vào những ngày không phải lọc máu, lái xe cho ông đi ăn ngoài, cho ông ngắm thiên hạ xe cộ đi qua đi lại, ngắm trần gian hỉ nộ ái ố... để thấy sự sống hãy còn đó, tim hãy còn đập trong lồng ngực đã trơ xương, và thấy đời , dù chỉ là một thoáng, nhưng vẫn đẹp! Lẽ dĩ nhiên, sẽ không còn những chuyến viễn du, lê gót giang hồ ở những miền xa xôi nữa! Sẽ không còn nhửng bàn mạt chược với các cụ ở Hội Cao Niên... và cũng hết luôn những buổi họp mặt ăn uống với mấy người bạn già tri kỷ tri bỉ.

Phiên lọc máu của ông Trần bắt đầu từ 10 rưỡi sáng, kéo dài tới 2 giờ rưỡi trưa. Vì nhằm vào giờ ăn trưa, đa số bệnh nhân không dám ăn uống gì, sợ bị nghẹn trong lúc máu bị rút ra bơm vào. Nhưng bà Lê vẫn chuẩn bị cho ông Trần chút thức ăn nhẹ và nước uống , và cũng may ông không bị nghẹn lần nào.

Trước khi giao ông cho y tá dẫn vào ghế nằm, phải cân xem nặng bao nhiêu. Lúc lọc máu xong cũng phải cân xem mất bao nhiêu ký. Thường là hơn nửa ký (cũng quên không hỏi có phải nửa ký chất đôc không?!)

Lần nào cũng vậy, bà Lê theo y tá đến tận ghế nằm của chồng, kéo cái bàn nhỏ vào tầm tay của ông trước khi để thức ăn , nước uống và khăn lau tay. Bà chờ đến lúc ông nằm thoải mái, mới vặn máy truyền hình cho ông xem, trước khi ra về. Bà có bốn tiếng đồng hồ trước khi trở lại đón ông, nên bắt đầu từ ngày đó xếp đặt chuyện chợ búa mua bán vào khoảng thời gian này.

Thời gian cứ trôi, nhưng than ôi ... trôi chưa được bao lâu thì ông Trần bị nhiễm độc. Cứ thế mà ra vào nhà thương như cơm bữa! Chất độc làm ông mê sảng trong những ngày tháng cuối cùng. Chất độc làm mấy ngón chân ông thâm đen đau nhức, có thể phải cưa . Và nhiều buổi lọc máu đã làm ông đau đớn. Ông là người thâm trầm, không bao giờ than đau than khổ, thế mà lúc đó rên siết rú lên, giơ tay bứt kim dựt giây, chẳng khác gì ông Ấn Độ mới gặp buổi đầu!

Lần sau cùng lọc máu ở trung tâm, khi đỡ ông xuống ghế để ra về, ông bảo: giấy tờ đi Úc xong hết rồi, em có đi không? Mẹ con bà Lê chỉ nhìn nhau, thở dài .

Bắt đầu từ đó người ông cứ bứt rứt nằm ngồi không yên. Đang ngồi cứ tuột xuống đất. Người con gái út lúc đó ở bên Tầu mới về, phụ mẹ kéo ông lên ghế mà không nổi. Chạy ra ngòai cầu cứu ông hàng xóm. Ông này tới, nhìn ông Trần buồn rầu bảo: không xong rồi! Bà theo đạo nào thì gọi ông cha hay ông sư là vừa.

Vào nhà thương lần cuối, ông Trần hết bứt rứt, nhưng hôn mê luôn cho tới khi hospice mang về nhà.

Ông mất ngày 23 tháng 7 năm 2009, tức là mùng hai tháng sáu năm Kỷ Sửu, trong căn nhà thân yêu ông đã sống hơn hai mươi năm, có con cháu đầy đủ tiễn đưa.

Và bà Lê không bao giờ trở lại trung tâm Da Vita để tìm gặp bà Shubin nữa!

Hộp Pandora không bao giờ mở... nhưng nỗi đau sao vẫn mãi không tàn với tháng năm .

Maclean 9/2018

GIỖ ĐẦU

Kỷ niệm giỗ đầu ông Kiện, ngày 23 tháng7, 2010

Thế là một năm đã qua... Giờ này, mùa hè năm ngoái, ông Trần đã lặng lẽ ra đi, từ biệt căn nhà Bradwater quận Fairfax, nơi ông đã sống gần hai mươi năm... Thân đã thành tro bụi, tan vào hư vô... mịt mù bóng chim tăm cá.

Cát bụi lại trở thành cát bụi...

Tất cả cuộc đời hơn tám mươi năm, rút lại chỉ còn là một tấm mộ bia, nằm trơ vơ trên ngọn đồi của nghĩa trang Fairfax Memorial

Trần văn Kiện

1925- 2009

Suốt từ tháng bẩy năm 2009 tới tháng bẩy năm 2010, căn nhà yên vắng vẫn ngẩn ngơ chờ ông chủ cũ, vẫn tưởng như ông đi đâu đó, sắp về... Nắng buổi sáng vẫn chiếu trên chiếc ghế bành nâu buồn thiu, người đàn bà gánh trái cây trong bức tranh treo trên tường vẫn kiên nhẫn chờ ông khách gọi hàng...

Nhưng ông chẳng bao giờ trở lại.

Trên lầu, trong phòng ngủ xưa, chiếc giường trơ trọi nhớ quay quắt tấm thân gầy bệnh hoạn. Quần áo còn nguyên trong tủ, lượt là thẳng nếp mong chờ. Mộng mị đêm dài trong căn nhà lạnh ngắt... mơ hồ ... như thể liêu trai.

Thu tới , đông về, xuân qua rồi hạ lại.

Nhà thờ Việt Nam suốt năm làm lễ, cầu nguyện cho linh hồn ông, mỗi tháng một lần, vào ngày 23.

Ông đã bình yên nghỉ ngơi trong nước Chúa, đã xong hành trình ở trần gian này, mà sao người ở lại vẫn cứ buồn!

Khi Chúa thương gọi con về,
Lòng con hân hoan như trong giấc mơ!

Người đi hân hoan, nhưng người ở lại vẫn tần ngần ngẩn ngơ... Đang nói nói cười cười, bỗng dưng chợt nhớ... Chuyện từ ngày xửa ngày xưa mà sao cứ như từ hôm qua!

Sáng pha cà phê Vina cho người đi, để trên bàn thờ thầm thì: Uống đi anh, cho nóng. Anh khôn quá, đang ngồi đối diện với nhau dưới này, tự nhiên trèo lên ngồi với thầy me cậu mợ .

Bữa chiều, luộc thịt ăn với mắm tôm điềm như anh vẫn thích. Dọn ra bàn, ăn một mình mà nước mắt cứ rơi... .

Giỗ đầu của ông đúng vào một ngày nóng như thiêu! Nhiệt độ hôm đó tới 105 đô F! Mùa hè năm 2010 đúng là mùa hè đỏ lửa, hừng hực khô cháy cả miền Đông Hoa Kỳ... Nóng từ lòng đất nóng ra, từ trời giáng xuống! Ở trong nhà , máy lạnh chạy suốt ngày mà nhiều khi cũng chảy mồ hôi!

Ấy thế mà hoa tường vi vẫn tươi đẹp vô ngần trong cái nóng nung người, nở rộ, từng chùm từng chùm đủ mầu trắng, đỏ, tím , hồng . Cỏ vẫn mướt xanh trên đường Main Street trong tỉnh Fairfax. Vẫn có những lối mòn xuyên ngang, đầy cây cao bóng mát và thơm mùi hoa cỏ dại. Đi bộ một mình, tâm đối diện ngoại cảnh, mới thấy cái tôi nhỏ bé làm sao! Cuộc đời thật ngắn ngủi, trước cái trường tồn của vũ trụ bap la. Vạn vật cứ héo tàn rồi vùng lên sống lại, chẳng bao giờ tận diệt...

Bữa giỗ được sửa soạn cả tháng trước. Chỉ có họ hàng và một số bạn thân mà cũng gần một trăm người. Cả tháng sáu, bà Lê ngồi nghĩ thực đơn với mấy cô con gái. Chả giò, pâtés chauds, bánh khúc, bánh ít trần, bánh bèo Huế, gỏi cà rốt dưa leo, súp măng cua, bò kho bánh mì, xôi vò giò chả.

Bà làm cả trăm cái bánh khúc, một trăm mấy chục cái bánh pâtés chauds, mấy nồi xôi vò, bào cà rốt, thái dưa leo... Bà làm cho quên, bà làm để nhớ... Cho ngày chóng qua, cho đêm chóng tàn ...

Con bé Isabel từ bên Tầu về, năm ngoái còn đi

theo bà đưa ông đi lọc máu. Lúc đón ông về, ông bắt đầu mê sảng . Ông nói với bà, tỉnh táo như đang tính một chuyến viễn du: Này, giấy tờ đi Uc xong rồi, em có đi không?

Năm nay bà hỏi: có nhớ ông không? Con bé lắc đầu, tần ngần...

Mấy đứa cháu lớn thì còn nhớ, nhớ chứ, nhưng ít thôi.... Ông ngoại lúc nào cũng nằm trong cái ghế bành nâu, ông chỉ cười nhìn con cháu mà chẳng nói năng chi. Một hiện hữu, một sự có mặt nhẹ nhàng và hiền hòa, thấp thoáng có cũng như không, như đám mây xa tít trên trời cao , bay đi chẳng biết tới phương nào... ?

Những buổi họp mặt gia đình, ngay cả khi ông đang ốm, bận đến đâu bà cũng cố nấu ăn cho con cháu đến để gặp bố. Nhưng rồi, những năm sau này, những năm cuối cùng của cuộc đời ông, cứ xong bữa là ông ra nằm một mình ngoài phòng khách, cô đơn lắng tai nghe những tiếng nói cười vang vang từ trong bếp vọng ra. Con trẻ mải vui nhiều khi quên mất bố. Lúc đến lúc đi chỉ tạt qua, đứng bên người già thăm hỏi vài câu cho có lệ... rồi vội vã bỏ đi. Ít khi thấy cô cậu nào chịu khó ngồi lâu lâu một chút, một chút xíu thôi ... với cha già . ..

Con cháu tưởng gần mà sao vẫn thật xa... !

Có lẽ cũng là đồng lần thôi. Vì bà cũng đã lỗi hẹn với mẹ bà . Chỉ một lần mà thành thiên thu! Bà nhớ khi mẹ bà còn sống, năm nào bà cũng đi Cali thăm mẹ, tuần nào bà cũng gọi điện thoại cho mẹ. Thế mà cái Tết cuối cùng của mẹ , bà cứ mải làm cơm cho con mà quên gọi mẹ chúc tết. Khi bà cụ gọi thì bà vội vã nói qua loa cho xong... Bà quên mất là mẹ sắp phải đi mổ, mẹ sợ hãi, mẹ cô đơn... Đến khi cầm được điện thoại trong tay thì bà cụ đã vào nhà thương rồi, và không bao giờ trở về nữa!

Bà chẳng bao giờ nói chuyện với mẹ được nữa...

Con tưởng mẹ sống hoài,
Tưởng ngày rộng tháng dài,
Cho nên con cứ hẹn...
Mẹ đợi mãi đợi hoài!

Mẹ bà đợi bà cho đến khi thở hơi cuối cùng! Khi còn nói được, cứ hỏi: cô Nhan đâu?

Thì ra, cũng như giòng sông từ trên nguồn chẩy xuống, nó có chẩy ngược lại bao giờ đâu!!

Khách khứa bắt đầu lẻ tẻ đến từ 12 giờ trưa. Bàn ghế đã kê sẵn đâu ra đó trong nhà của Trâm Nguyên mới sửa lại, rộng và thoáng mát. Bàn thờ trong phòng ăn, giản dị chỉ có ảnh người quá cố , đĩa trái cây và hai bình hoa.

Bạn thì nhiều nhưng tri kỷ có mấy ai? Cố tri ở xa ngậm ngùi thương nhớ, cố tri ở gần cúi đầu vái bạn xưa mấy vái, chào vĩnh biệt lần nữa.

Gặp người quả phụ, bùi ngùi nhắc tới những chuyến đi xa, những vui buồn và thăng trầm của cuộc đời mấy chục năm qua... Ai cũng già gần thế kỷ, tóc bạc chân run, nhưng vẫn nồng ấm tình bạn đậm đà... Nhấp chút rượu nồng mới nhớ: Rượu ngon còn thiếu bạn hiền !

Bạn hiền đã đi rồi, nhưng chúng ta còn đây, vợ con cháu chắt bạn bè còn khoẻ mạnh tinh anh, nên thức ăn ngon vẫn được thưởng thức tận tình. Rượu vẫn cạn ly. Cuộc sống vẫn nhiệm mầu và đầy ân sủng. Nửa vui nửa buồn nhắc lại: mới ngày nào Saigon còn chưa đổi tên, miền Nam còn đất lành chim đậu. Ôi những ngày được sống trong đất nước thân thương, sao mà quí thế... Bỏ nước ra đi thì đã hết nửa đời người! Trở về thì người xưa đã mất, cảnh cũ chẳng còn! Chỉ còn thú đi giang hồ vặt! Nhớ ngày nào còn đi cùng nhau thăm Nam Mỹ nhỉ! Những vũ điệu tango và samba thật tuyệt vời! Rồi những ngày thăm Đông Âu nữa chứ! Ba ông bạn già dắt nhau đi chơi năm châu bốn bể . Ông què chống gậy chỉ đường, ông điếc quay phim, ông mù chuyên tìm quán ăn ngon... Bây giờ ba ông đi hết hai... chỉ còn lại một ông mù ngồi một mình nhớ lại chuyện xưa ! Thời gian tàn ác thật, cứ bắt kẻ ở người đi, cứ bắt chia ly... ! Lan man cứ thế mà kể cho nhau nghe hết chuyện đau chuyện bệnh, chuyện vui chuyện buồn, chuyện con cháu xa gần...

Cuộc đời cho những người còn sống là thế... và còn cứ tiếp diễn cho đến khi hai tay buông suôi...

Bữa giỗ tưởng niệm trở thành bữa tiệc cho bạn già gặp nhau, bắt nắm trong giây phút mong manh của cuộc sống gần tàn dăm ba giây tơ hạnh phúc.

Hôm nay gặp nhau là mừng rồi, còn ngày mai ra sao? Que sera, sera...

Ai cũng khen mấy đứa cháu ngoại bà Lê đã thành thiếu nữ! Nhanh nhẹn giúp mẹ bưng thức ăn nước uống đến bàn các cụ , vui tươi lễ phép, thơm mát như những nụ hoa sắp nở. Lòng bà Lê như bừng lên một thoáng tự hào! Mấy cô con gái của ông bà mới ngày nào còn ngây thơ chả biết gì, bây giờ đã trở thành những người mẹ người vợ đảm đang, những người đàn bà khôn ngoan tháo vát trong một thế giới không ngừng bon chen và thay đổi.

Bữa giỗ đầu được tổ chức chu đáo nhờ những bàn tay khéo léo của con gái con rể và cả những đứa cháu bắt đầu lớn. Họ hàng xa gần về đầy đủ, thành kính tưởng nhớ. Căn nhà đầy ánh sáng của Trâm Nguyên như có dương khí, hứa hẹn những ngày sắp tới thịnh vượng và hạnh phúc... Từ trên bàn thờ nhìn xuống, nào vợ, nào con, nào cháu, nào họ hàng bạn bè, chắc ông Trần yên tâm xoa tay tự bảo: không còn gì để tiếc nữa...

Và nếu ông còn sống, thì chắc ông sẽ nói với bà: đã đến lúc trao bó đuốc cho con trẻ, cho thế hệ sau...

Con cháu của mình đã thành nhân.

Fairfax, tháng tư, 2011

XÓM COMSTOCK

Bà Lê dừng xe, tần ngần nhìn căn nhà cũ. Cánh cửa đằng trước hình như đã được sơn lại. Mảnh vườn trước nhà không còn những loại hoa bà đã trồng ngày xưa nữa. Chỉ còn mỗi cây dogwood lai buồn hiu đứng một mình trên thảm cỏ xanh. Mấy nhà hàng xóm yên lặng, đóng cửa im lìm. Mới có vài năm thôi... cái nơi chốn đã đùm bọc che trở gia đnh bà trong bao nhiêu năm... bỗng nhiên trở thành xa lạ!

Đây là căn nhà gia đình bà đã ở hơn hai mươi

năm về trước, số 3989 đường Bradwater, khu Comstock, trong tỉnh Fairfax.

Ông bà ở đây từ năm 1991. Khi ông qua đời năm 2009 , bà cứ nghĩ sẽ ở căn nhà này cho tới chết. Bà yêu khu xóm này. Hàng xóm láng giềng thân quen như người nhà. Chợ búa cửa hàng ngay cạnh, tiện lợi cho người già không phải lái xe đi đâu xa, chỉ cần đi bộ năm phút... . Thế mà... Bà thở dài, nhớ lại những ngày qua... .

Căn nhà này là căn thứ ba gia đình bà cư ngụ từ khi tới Mỹ. Lần đầu tiên tới xóm này, bà Lê đã có cảm tình ngay với địa thế và nhịp sống của khu phố. Tuy là nhà trệt chung tường sát nhau, nhưng vẻ tĩnh mịch và khép kín bên ngoài cho hy vọng được nếp sống riêng tư bên trong. Đường phố đầy cây cao bóng mát. Đi bộ 5 phút là tới thương xá Fair City Mall kế bên, có đủ chợ búa, cửa hàng đủ loại, tiệm ăn đủ cỡ , ngân hàng và rạp chiếu bóng. Khu này cũng rất thuận lợi cho di chuyển công cộng . Ngay mặt đường là trạm xe bus của tỉnh, gọi là CUE, chạy quanh thành phố thả khách xuống trường đại học George Mason, rồi trở về trạm xe điện ngầm Vienna. Xe điện đưa hành khách từ trạm này, thuộc tiểu bang Virginia, tới Hoa Thịnh Đốn là thủ đô nước Mỹ, rồi từ đó tới tiểu bang Maryland.

Xóm Comstock được xây vào những năm 70, trên đường Little River TurnPike. Đường này khi vào tỉnh Fairfax City thì đổi tên là Main street. Cuối đường là thành phố cổ Old Town với những con phố nhỏ hẹp xinh xinh và những căn nhà cổ kính xây cất từ hai trăm năm về trước. Phố cổ là mạch sống và linh hồn của tỉnh. Tòa án và tòa Thị Chính đều tụ ở đây và là trung tâm của mọi hoạt động văn hóa, chính trị và xã hội.

Cuối năm 1991, gia đình bà dọn về khu này. Năm đó mùa đông rét căm căm , lạnh buốt. Đồ đạc tuy không nhiều nhưng cũng phải động viên tất cả con cái, rể lớn, rể tương lai giúp một tay. Lúc đó con gái lớn của bà đã lấy chồng được 4 năm. Gia đình chỉ còn 5 người, ông bà và ba cô con gái... thì cô thứ hai cũng sắp sửa lên xe hoa về nhà chồng.

Gọi là nhà trệt nhưng diện tích để ở khá rộng. Bước vào nhà là một hành lang đưa thẳng vào bếp. Bên trái ngay cửa vào là một phòng tắm nhỏ và cầu thang đưa lên gác, bên phải là một phòng khách rộng Cái bếp bên trong là loại country kitchen chiếm hết chiều ngang căn nhà, thoáng mát và đầy ánh sáng Dưới hầm cũng được sửa gọn ghẽ, làm trần lát sàn cho phòng giải trí gia đình. Phòng kho cũng rất rộng. Trên gác là ba phòng ngủ và hai phòng tắm. Bên ngoài, đằng trước đằng sau đều có 1 mảnh vườn nhỏ.

Sau 11 năm lập nghiệp, cuối cùng ông bà đã có một căn nhà gọi là ưng ý để an cư, tuy khiêm tốn, nhưng cũng đủ chứa con cháu ngày một đông , trong nhng buổi họp gia đình.

Năm đó, năm 1991, trong căn nhà mới, cả nhà

ăn một lễ Giáng Sinh trong vội vã, đồ đạc còn ngổn ngang với đấy thùng chưa mở. Lần đầu tiên các con bà được mỗi người một phòng riêng biệt. Nhi, Như An trên lầu, Trâm chọn phòng dưới basement

Năm 1992 bà có cháu ngoại đầu tiên, bé Hoài Trân, ở căn nhà này. Tiếp đó là đám cưới Trâm Nguyên khi Hoài Trân được 4 tháng. Cuối năm 1993, bà có cháu ngoại thứ hai là Giáng Tường.

Coi như từ năm 1993, nhà chỉ còn ông bà và Ý Nhi, Như An lúc đó cũng đã đi làm cả rồi. Ông bắt đầu về hưu , không còn phải chống nạng đi dậy học nữa.

Năm 1996, khi làm đám cưới cho Ý Nhi và Douglas Clover thì ông bà đã có thêm 2 đứa cháu nữa là Hoài Nam và Nam Cầm. Ý Nhi đi rồi, thì cũng chỉ sau đó ít lâu, Như An nghỉ việc ở Treasury Department đi tiếu ngạo giang hồ 2 năm ở Nam Dương... .và chỉ trở về sau khi đã xong cái bằng Masters và dẫn Noah Zaring về để làm đám cưới! Coi như dịp dó là ngày hội họp đại gia đình cuối cùng đông vui nhất. Nhà trai từ Iowa và nước Anh xa xôi tới, nhà gái có gia đình ông bác ruột từ Minnesota . Chỉ thiếu mẹ bà và các cô em từ Cali , vì bà cụ đang nằm nhà thương.

Con cái đi hết... căn nhà cứ thế mà vắng ngắt... Không gian như rộng ra vô tận... . Cả ngày chỉ còn hai người già ra ngẩn vào ngơ ! Bà vẫn tiếp tục đi làm suốt ngày, tối về cơm nước cho ông. Ăn xong ông bà khề khà uống trà, xem phim chưởng, Tiếu ngạo giang hồ, Hiệp khách hành, Bao Công xử án, phim trinh thám Maigret... Cũng có lúc bà đi dạo quanh xóm rồi mới về cùng xem phim, cùng thương vay khóc mướn cho đến giờ đi ngủ. Lúc lên lầu , đi qua những căn phòng bỏ trống của những đứa con bỏ đi, thì lại buồn lại nhớ!

Thế rồi ông cũng bỏ bà mà đi! Năm 2009, bà chỉ còn một mình trong căn nhà đã vắng lại còn vắng hơn! . Cũng may hàng xóm nhiều người tốt bụng, giúp đỡ an ủi bà những lúc cô đơn, những khi tuyết đổ lá rơi, hay dòm chừng cho những lúc vắng nhà .

Khi cư ngụ ở đây, bà Lê có thói quen đi bộ quanh xóm, có khi qua khu thương xá, đều đều mỗi ngày, suốt bốn mùa xuân hạ thu đông. Bà sống theo nhịp sống của khu xóm, từng nhà người tới kẻ đi. Đôi khi những mảnh vườn trước cửa mỗi nhà cũng thay đổi hoa lá theo chủ và thời gian, Rồi cả khu thương xá nữa, cũng trải qua bao nhiêu vật đổi sao rời. Nhiều cửa tiệm bị đóng cửa, trong đó có tiệm Ross thân thương của bà. Nhiều tiệm mới được thay thế rồi lại biến đi, theo đà lên xuống của kinh tế.

Ngày xưa, khi các cháu bà còn nhỏ, bố mẹ chúng hay gửi bà trông cháu. Bà thường dắt cháu đi dạo trong xóm, dậy cháu hát bài dung dăng dung dẻ dắt trẻ đi chơi. Mùa xuân đưa cháu đi ngắm hoa ngắm chim ngắm sóc truyền cành. Khi chúng nó biết ăn biết thích đồ chơi, bà cháu đi bộ ra McDonald và

Dollar Tree. Thức ăn rẻ tiền, đồ chơi cũng rẻ tiền, nhưng trẻ con mắt vẫn sáng lên mừng rỡ, vẫn thích vẫn mong đến với bà

Bây giờ các cháu bà lớn cả rồi, bận rộn học hành, bận rộn lo cho tương lai, không còn tới ngủ đêm hay đi bô với bà nữa .

Ông cũng bỏ bà luôn...

Đôi khi đi dạo một mình, nhìn bướm bay, chim la cà tìm sâu, sóc thoăn thoắt truyền cành, bà lại nhớ mấy đứa cháu ngày nào hát bài "Kìa con bướm vàng", lại nhớ câu hỏi ngây thơ của Giáng Tường lúc ba tuổi: bà ơi, sao con chim nó không đóng tã hả bà?

Thời gian đi nhanh quá! Người già sống lâu quá làm gì cho ngợp trong kỷ niệm! Căn nhà này đã chứng kiến ba đám cưới và một đám ma. Mấy lần đêm khuya bà chở con gái vào nhà thương Fairfax sinh nở. Bao nhiêu lần còi hụ chở ông đi cấp cứu...

Hai mươi năm rồi đấy, biết bao mhiêu đổi thay. Những người sinh sống ở đây lâu năm cứ già dần. Con cái bận rộn cũng ít khi tới thăm. Ông không còn nữa . Không gian như loãng ra, vắng lặng lạnh tanh...

Bây giờ bà sống một mình. Bà T hàng xóm cũng vậy, chẳng còn ông T nữa. Rồi ông Walter bên kia đường cũng không còn bà Walter. Thỉnh thoảng gặp nhau, lại hỏi thăm nhau "how are you? Trả lời

I'm OK. .. Biết nói gì đây? làm gì cho hết ngày, cho ngày tháng qua đi? Nhiều khi thấy trống rỗng và cô đơn chi lạ! Lâu lâu con cháu tạt qua, nhanh như bóng mây. Căn nhà vui lên một thoáng, rồi lại chìm vào yên lặng.

Bao nhiêu năm rồi, khu Comstock vẫn thế, vẫn kẻ cười người khóc, vẫn thi gan cùng tuế nguyệt. Chưa thấy triệu chứng của đổ nát và phế thải, tuy nhiều nhà cửa tối tân hiện đại vẫn tiếp tục được xây cất quanh đó.

Nhiều người hỏi bà Lê: sao bà không về sống với con? Già rồi, sống một mình lúc nắng gió trở trời, ai lo cho?

Biết vậy, nhưng ai ôm đống kỷ niệm về cho tôi? Chúng gắn liền với căn nhà này, từ mỗi căn phòng cho tới bức tranh trên tường, cho đến cái giường cái bàn cái ghế ...

Người già chỉ còn kỷ niệm như một cõi an ủi. Môt cõi không cần nghe, không cần nói, nhưng vẫn ấm áp. Một cõi mộng, để thỉnh thoảng sống lại những giấc mơ xưa, níu lại một chút thời gian đã mất!

Cuối năm 2013, bà Lê bắt buộc phải chia tay với căn nhà thân yêu.

Bà phải bán nhà về ở với con.

Có nhiều việc bà không thể tự làm được nữa... .

Khi căn nhà đã mất ... , cô con gái út lại viết:

Mom officially sold her house today -- it's been the setting for engagements, weddings, birthday celebrations, wedding anniversaries, and countless family meals; a second home for Noah and I when we are between posts; where 7 grandchildren grew up, played together, and slept over. And of course, where our father drew his last breath.

Holidays and family traditions have now been passed on to the next generation

Faitfax, tháng tư, 2012

Thêm đoạn cuối năm 2013

HOA VÀNG MẤY ĐỘ

Để tưởng niệm anh Đĩnh

Tặng chị Ngọ và các cháu

Không biết cái thuở ban đầu lưu luyến ấy, bà chị dâu tôi có hay mặc áo vàng không, nhưng ông anh tôi về thì yêu hoa cúc... .

Khi còn ở Việt Nam, Tết đến là nhà nào cũng phải có mấy chậu cúc mừng xuân, loại cúc đại đóa lớn như cái bát ăn cơm, rực rỡ một mầu vàng kiêu sa. Khi xa quê hương, cứ xuân về là nhớ đến hoa cúc, nhưng ở xứ Mỹ hoa cúc lại vào mùa thu mới thật đẹp.

Từ khi anh tôi bị tai biến mạch máu não hai lần trong mười năm, ông không ra ngoài nữa. Chỉ lọc cọc đẩy cái walker chậm chạp đi quoanh trong nhà. Vườn nhà ông rộng, có hoa bốn mùa, nên thú vui của ông là nhìn ra vườn ngắm hoa lá cỏ cây, để thấy xuân qua hạ tới, thu đến đông về... mà lẩm nhẩm đếm ngày tháng trôi đi...

Trong các thứ hoa, ông yêu hoa cúc nhất. Các hoa khác ở xứ Mỹ hoa nào cũng đẹp. Mùa xuân rực rỡ trắng hồng tím đỏ hoa lê hoa đào và đỗ quyên. Đầu mùa hạ là mùa của hoa hồng thơm ngát. Nhưng vẫn không thấm thía gợi nhớ như hoa cúc là hoa quê hương. Cứ mùa thu là bà chị tôi mua về mấy chậu cúc thật lớn, để cạnh cái sân gỗ sau nhà, ngay sát cửa, đúng tầm mắt của ông anh tôi ngồi trong phòng ăn nhìn ra. Buổi sáng, khi hai vợ chồng khề khà uống cà phê và ăn sáng, ông vừa ngăm hoa vừa tấm tắc khen: hoa cúc đẹp thật, đẹp thật! Thú vui chỉ giản dị có thế, trong không gian của căn nhà chỉ có thế, nhưng tâm hồn vẫn bay vút lên cao, ra khỏi cái giam cầm của thân thể tù đầy, để cảm nhận cái đẹp của vạn vật và vũ trụ mênh mang bất tận.

Ở nơi xứ lạnh như đất Vạn Hồ, gần như quanh năm tuyết phủ, rừng cây suốt mùa đông chìm trong một giấc ngủ dài. Vạn vật như vùng lên khi mùa xuân tới. Nhựa sống xôn xao trong các thớ vỏ, cành khô, rồi lá xanh vươn lên, xanh hơn bao giờ hết, và hoa cũng thắm những mầu sắc thật nhiệm mầu.

Ngay cả lá khô lả tả rơi khi mua thu tới cũng có một vẻ đẹp riêng. Và hoa cúc mà anh tôi yêu có một sắc vàng tha thiết , đặc biệt hơn ở những miền khác, đó là mầu vàng của yêu thương .

Nhưng năm nay, anh chưa kịp ngắm hoa cúc... thì đã đi rồi.

Anh đi vào mùa xuân, ngày 23 tháng tư năm 2010, khi hoa lilac nở tím cả bầu trời St Paul. Tháng tư là tháng hội họp gia đình , mừng sinh nhật và kỷ niệm cưới của vợ chồng anh, bỗng nhiên trở thành ngày tiễn đưa anh.

Anh đi nhẹ nhàng như người đi ngủ. Khi cảm nhận thấy sự sống dần dần tiêu tan, anh biết là chẳng còn nhiều thời giờ nữa, nên cố mở mắt nhìn vợ và con cháu cho đến lúc thở hơi cuối cùng, như để nói good bye, nói câu từ biệt cuối cùng. Và cũng như ngày Chúa chết, chắc ông thầm nghĩ : thế là mọi sự đã an bài.

Mọi sự xẩy ra đột ngột nhanh chóng quá, ai cũng tưởng là mình nằm mơ. Mấy đứa cháu nội ngoại mất ông khóc không ngừng. Mấy người con trai từ xa về bỗng thấy thấm thía là cha mình thật sự không còn nữa, cha vĩnh viễn đi rồi!

Làm sao mà tả được nỗi đau của chị tôi... mất một người bạn đời sống với nhau hơn nửa thế kỷ!!

Nhìn slideshow những tấm ảnh của cuộc đời anh, mới thấy mọi sự ở đời thật là vô thường. Có đó rồi mất đó. Mới ngày nào còn là thanh niên lòng đầy ước mơ. Rồi những ngày tháng hoc hành, đỗ đạt, gây dựng sư nghiệp, lập gia đình, giáo dục con cái thành người. Rồi những ngày về hưu nơi đất tạm dung, thanh thản bên vợ con và bạn hữu, dong chơi khắp năm châu bốn bể. Một cuộc đời đầy ắp hạnh phúc và bình an.

Nếu chết đi , bảo là không, mà vẫn là có. Cuộc đời của ông đã sống sẽ còn sống mãi trong con cháu của ông. Và những người còn lại trên cõi đời này, ngày nào còn sự sống Thượng Đế ban cho, thì vẫn phải sống cho đẹp , vẫn phải hưởng những gì thế gian đem tới.

Mùa hè năm ngoái, chồng tôi là em ông, vừa mất. Chưa được một năm sau, ông đã theo em mà đi.

Người đi thanh thoát
Kẻ ở ngậm ngùi

Sinh ly tử biệt sao mà không buồn không nhớ... Nhưng biết làm sao?! Luật tuần hoàn của vũ trụ mà... Có âm có dương, có sinh có tử. Từ cỏ cây cho đến sinh vật và con người, có ai cưỡng lại được luật trời đâu! Thôi thì sống sao cho xứng dáng là con người và chết thì thanh thản mà đi.

Đôi khi nhớ những ngày hạnh phúc đã qua... nhưng đành để nước mắt chẩy vào trong...

Cứ coi như những lời ca dưới đây là lời trăn trối:

Xin cho bốn muà
Được trời lặng gió
Đường trần em đi
Hoa vàng mấy độ... .

Fairfax, tháng năm, 2010

Nhân Ảnh
2026

Liên lạc Tác giả

Liên lạc Nhà xuất bản
han.le3359@gmail.com
(408) 722-5626

www.ingramcontent.com/pod-product-compliance
Lightning Source LLC
LaVergne TN
LVHW090322210926
848480LV00001B/331
* 9 7 9 8 2 5 6 1 8 7 7 3 6 *